AF751148

HƯỚNG DẪN TUYỆT VỜI CHO CÁC MÓN CHÀO KHÔNG CƯỠI CẢN

100 Công thức nấu ăn ngon để thỏa mãn cơn thèm của bạn và gây ấn tượng với khách hàng của bạn

Ý Diệu

Tài liệu bản quyền ©2023

Đã đăng ký Bản quyền

Không phần nào của cuốn sách này được phép sử dụng hoặc truyền đi dưới bất kỳ hình thức nào hoặc bằng bất kỳ phương tiện nào mà không có sự đồng ý bằng văn bản thích hợp của nhà xuất bản và chủ sở hữu bản quyền, ngoại trừ những trích dẫn ngắn gọn được sử dụng trong bài đánh giá. Cuốn sách này không nên được coi là sự thay thế cho lời khuyên về y tế, pháp lý hoặc chuyên môn khác.

MỤC LỤC

MỤC LỤC 3
GIỚI THIỆU 6
RAU RAU CỦ 7
1. Đậu bắp rán 8
2. Đậu rán 10
3. Khoai lang chiên gừng 12
4. Cà tím rán 14
5. Atiso chiên 16
6. Củ cải rán đại hoàng 18
7. Quả sung rán 20
8. Rau củ cải xào 22
9. Bí ngòi rán tráng miệng 24
10. Tỏi tây rán 26
11. Đậu lăng chiên và củ cải đường 28
12. Cà tím chiên 30
13. Cà rốt chiên giòn 32
14. Đậu rán 34
15. Khoai tây chiên nhồi 36
16. Nấm rán 38
17. Spaghetti bí Ý rán 40
18. Hành tây chiên 42
19. Pakora 44
20. Rau mùi tây và cà rốt rán 46
21. Bánh rán Patatin 48
22. Khoai tây chiên và quả óc chó 50
23. Bí ngô rán 52
24. Rau chân vịt chiên 54
25. Đậu phụ chiên giòn 56
26. Cà chua chiên 58
27. Bánh hoa cơm cháy 60
28. Bánh rán hoa bồ công anh 62
29. Bánh hoa cơm cháy 64
30. Bánh rán cánh hoa hồng 66
RÁN TRÁI CÂY 68

31. Bánh táo Hà Lan 69
32. Táo cam rán 71
33. Chuối chiên bột tempura 73
34. Mơ rán 75
35. Bánh chuối chiên Benya 77
36. Langoustine và chuối chiên 79
37. Đào rán đóng hộp 81
38. Rán dứa Caribe 83
39. Bánh cơm cháy 85
40. Rau củ quả rán 87
41. Hoa quả chiên sốt chanh-bourbon 89
42. Táo gián miền Bắc 91
43. Chuối chiên dứa 93
44. Lê luộc 95
45. Bánh rán rượu rum anh đào 97
46. Bánh quế táo 99
47. Dứa Dừa Rán 101
48. Bánh rán phô mai dâu tây 103
49. Bánh rán chanh việt quất 105
CÁ & HẢI SẢN CHIÊN 107
50. Cá trê chiên 108
51. Cá tuyết chiên 110
52. Cá chiên thịt cua 112
53. Nghêu cá tuyết và ngô chiên 114
54. Ốc xà cừ rán 116
55. Nghêu đóng hộp 118
56. Rán cua bơ 120
57. Tôm chiên 122
58. Ngao chiên 124
59. Ngô chiên tôm Indonesia 126
60. Tôm hùm chiên 128
61. Trai chiên sốt salsa 130
62. Bạch tuộc chiên 132
63. Tôm chiên 134
64. Hàu ngô chiên 136
65. Cá ngừ chiên 138
RÁN THỊ T VÀ GIA CẦM 140
66. Gà rán 141

67. Bò miếng chiên giòn 143
68. Ngô tươi và xúc xích chiên 145
69. Ngô chiên xúc xích 147
70. Thịt rán Hàn Quốc 149
RIÊNG PHÔ MAI 151
71. Bánh rán Parmesan và mozzarella 152
72. Basle phô mai rán 154
73. Rau thơm chấm sữa chua mơ 156
74. Bánh rán phô mai Bern 158
75. Đậu, ngô và phô mai cheddar 160
76. Bánh rán phô mai Mozzarella và spaghetti 162
77. Bánh rán phô mai Emmenthal 164
78. Bánh ngô chiên phô mai cheddar 166
79. Bánh rán Camembert 168
80. Súp lơ-cheddar rán 170
81. Khoai tây chiên phô mai 172
82. Lê và phô mai cheddar rán 174
83. Bánh rán Ricotta và hạt dẻ 176
84. Bánh rán phô mai Gruyere 178
RIÊNG NGŨ & ĐẬU 180
85. Bánh gạo lứt chiên nhanh 181
86. Ngô chiên 183
87. Đậu mắt đen rán 185
88. Cơm chiên 187
89. Việt quất/bắp chiên 189
90. Garbanzo rán với sốt lê 191
91. Ngô chiên sốt cay 193
92. Đậu xanh rán với couscous 195
93. Ngô chiên tiêu 197
món tráng miệ ng rán 199
94. Bánh Choux 200
95. Bánh pudding Giáng sinh rán 202
96. Bánh rán kiểu Pháp 204
97. Suvganiot 206
98. Rượu rán 208
99. Bánh quế 210
100. Bánh rán gia vị bí ngô 212
PHẦN KẾ T LUẬN 214

GIỚI THIỆU

Chào mừng bạn đến với thế giới của món rán, nơi những miếng bánh vàng giòn thơm ngon đang chờ đón bạn! Cho dù bạn là một đầu bếp dày dạn kinh nghiệm hay người mới bắt đầu vào bếp, cuốn sách nấu ăn này là người bạn đồng hành cuối cùng của bạn để khám phá thế giới tuyệt vời của món rán. Từ mặn đến ngọt, từ cổ điển đến sáng tạo sáng tạo, Hướng Dẫn Tuyệt Vời Cho Các Món Chào Không Cưỡi Cản có rất nhiều công thức nấu ăn hấp dẫn sẽ nâng cao kỹ năng nấu nướng của bạn và kích thích vị giác của bạn. Hãy sẵn sàng bắt tay vào cuộc hành trình của hương vị và kết cấu sẽ khiến bạn thèm ăn thêm.

Món rán có lịch sử lâu đời và phong phú qua nhiều nền ẩm thực khác nhau, khiến chúng trở thành món ăn được yêu thích trên toàn cầu. Theo truyền thống, món rán bao gồm các thành phần như rau, trái cây, thịt hoặc hải sản, được phủ một lớp bột thơm và chiên giòn đến mức hoàn hảo. Kết quả? Một sự kết hợp thú vị giữa vỏ ngoài giòn và bên trong mềm mại, thơm ngon khó cưỡng. Nhưng trong cuốn sách nấu ăn này, chúng ta cũng sẽ khám phá những lựa chọn thay thế lành mạnh hơn bằng cách sử dụng các phương pháp nấu ăn thay thế như nướng hoặc chiên bằng không khí.

Trong cuốn sách này, bạn sẽ tìm thấy nhiều công thức làm món rán phù hợp với mọi dịp. Cho dù bạn đang tìm kiếm một món ăn nhẹ nhanh chóng và thỏa mãn, một món khai vị ấn tượng cho buổi tụ tập tiếp theo hay một sự biến tấu sáng tạo cho một món ăn cổ điển, chúng tôi đều đáp ứng được. Mỗi công thức đã được chế tạo và thử nghiệm tỉ mỉ để đảm bảo kết quả tuyệt vời, vì vậy bạn có thể tự tin chế biến những món chiên này trong nhà bếp của mình.

Vì vậy, hãy lấy tạp dề của bạn, mài dao và cùng lao vào thế giới của món rán! Từ món chiên bí ngòi có hương vị tươi ngon cho đến món khoai lang chiên với một chút gia vị, khả năng thực hiện là vô tận. Khám phá niềm vui khi thử nghiệm các nguyên liệu, gia vị và kết cấu khác nhau để tạo ra những kiệt tác rán độc đáo của bạn. Với Hướng Dẫn Tuyệt Vời Cho Các Món Chào Không Cưỡi Cản, bạn sẽ có một cuốn sách dạy nấu ăn truyền cảm hứng sáng tạo, thỏa mãn cơn thèm ăn và gây ấn tượng với gia đình và bạn bè bằng tài nấu nướng của bạn.

RAU RAU CỦ

1.Đậu bắp rán

Làm: 1 phần ăn

THÀNH PHẦN:

- 1 chén bột mì chưa tẩy trắng đã rây
- 1½ muỗng cà phê bột nở
- 2 thìa cà phê muối
- ¼ thìa cà phê tiêu đen xay
- ¼ muỗng cà phê hạt nhục đậu khấu
- 1 nhúm ớt cayenne
- 2 chén đậu bắp tươi - thái lát mỏng

HƯỚNG DẪN:

a) Kết hợp tốt các thành phần

b) Nhỏ từng thìa cà phê vào dầu. Nấu cho đến khi vàng, khoảng 3-5 phút cho đến khi chúng nổi lên thì lật lại.

c) Để ráo nước trên khăn giấy và dùng nóng với nước chấm nếu muốn.

2.đậu rán

Làm: 24 chiếc bánh rán

THÀNH PHẦN:

- 1 chén Đậu Hà Lan, mắt đen
- 2 Hạt tiêu, đỏ, cay; gieo hạt, cắt nhỏ
- 2 thìa cà phê muối
- Dầu, rau; để chiên

HƯỚNG DẪN:

a) Ngâm đậu qua đêm trong nước lạnh. Xả sạch, chà xát và loại bỏ vỏ, ngâm đậu lại bằng nước lạnh và ngâm thêm 2-3 giờ.
b) Xả, rửa sạch và cho vào máy xay thịt bằng lưỡi dao tốt nhất hoặc xay từng chút một bằng máy xay điện. Nghiền ớt.
c) Thêm muối và ớt vào đậu rồi dùng thìa gỗ đánh cho đến khi đậu mềm, mịn và bông lên đáng kể.
d) Đun nóng dầu trong chảo nặng và chiên từng thìa hỗn hợp cho đến khi vàng nâu cả hai mặt. Xả trên khăn giấy.
e) Dùng nóng như một món ăn kèm với đồ uống.

3.Khoai lang chiên gừng

Làm: 1 phần ăn

THÀNH PHẦN:

- MỘT; (1/2 pound) khoai lang
- 1½ thìa cà phê gừng tươi gọt vỏ thái nhỏ
- 2 thìa nước cốt chanh tươi
- ¼ muỗng cà phê ớt đỏ khô
- ¼ thìa cà phê muối
- 1 trứng lớn
- 5 thìa bột mì đa dụng
- Dầu thực vật để chiên ngập dầu

HƯỚNG DẪN:

a) Dùng máy xay thực phẩm băm nhuyễn khoai lang bào với củ gừng, nước cốt chanh, ớt đỏ và muối, thêm trứng và bột mì vào rồi trộn đều hỗn hợp.

b) Trong một cái chảo lớn, đun nóng 1,5 inch dầu và thả từng thìa hỗn hợp khoai lang vào dầu cho đến khi chúng có màu vàng.

c) Chuyển bánh rán sang khăn giấy cho ráo nước.

4.cà tím rán

Làm: 6 lần phục vụ

THÀNH PHẦN:

- 2 quả trứng, đánh đập
- Muối để nếm
- 2 thìa sữa
- 2 quả cà tím (cà tím), thái lát mỏng
- Dầu để chiên ngập dầu

HƯỚNG DẪN:

a) Trộn trứng, muối và sữa để làm bột.

b) Nhúng các lát cà tím vào bột rồi chiên ngập dầu các lát cà tím đã tráng trong dầu ở lửa vừa cho đến khi chín đều.

5.Bánh atisô chiên

Làm: 6 lần phục vụ

THÀNH PHẦN:

- ½ pound trái atisô, nấu chín và thái hạt lựu
- 4 quả trứng, tách riêng
- 1 muỗng cà phê bột nở
- 3 củ hành xanh, xắt nhỏ
- 1 muỗng canh vỏ chanh bào
- ½ chén bột mì
- Muối và hạt tiêu cho vừa ăn
- 1 muỗng canh bột bắp
- 4 chén dầu chiên, dầu đậu phộng hoặc dầu ngô

HƯỚNG DẪN:

a) Đặt trái tim atisô vào một cái tô lớn và khuấy đều lòng đỏ trứng và bột nở.

b) Thêm hành lá. Gấp vỏ chanh vào. Trộn bột mì, muối và hạt tiêu.

c) Trong một bát riêng, đánh lòng trắng trứng và bột ngô với nhau cho đến khi tạo thành chóp. Gấp lòng trắng trứng vào hỗn hợp atisô.

d) Dùng một thìa canh nhỏ từng ít bột chiên vào dầu.

e) Chiên cho đến khi vàng nâu

f) Loại bỏ các miếng rán bằng thìa có rãnh và để ráo trên khăn giấy.

6. Rán củ cải đại hoàng

Làm: 1 phần ăn

THÀNH PHẦN:

- 8 cọng củ cải đại hoàng
- 1 cốc bột mì
- ½ thìa muối
- ⅛ muỗng cà phê ớt bột
- 1 quả trứng, đánh nhẹ
- 2 muỗng canh dầu hoặc bơ tan chảy
- ⅔ cốc sữa
- Dầu để chiên ngập dầu

HƯỚNG DẪN:

a) Trộn bột mì, muối, ớt bột, trứng, dầu hoặc bơ và sữa.

b) Nhúng các miếng thân cây vào bột này, phủ đều. Chiên trong mỡ sâu được làm nóng đến nhiệt độ 375 F hoặc cho đến khi đủ nóng để làm chín một khối bánh mì 1 inch trong 1 phút.

c) Xả trên giấy màu nâu trong lò ấm

7.sung rán

Tạo ra: 24 quả sung

THÀNH PHẦN:

- 24 quả sung chín chắc
- 2 quả trứng, tách riêng
- ⅝ cốc sữa
- 1 muỗng canh dầu
- 1 nhúm muối
- Vỏ chanh bào sợi
- 20½ ounce bột mì
- 1 thìa đường
- Dầu để chiên

HƯỚNG DẪN:

a) Trong một cái bát, đánh lòng đỏ trứng với sữa, dầu, muối và vỏ chanh.

b) Khuấy bột mì và đường rồi trộn đều. Làm lạnh bột trong 2 giờ.

c) Đánh lòng trắng trứng cho đến khi cứng và trộn chúng vào bột. Nhúng quả sung vào bột rồi chiên trong dầu nóng, ngập dầu cho đến khi có màu vàng nâu.

d) Xả nhanh và rắc đường. Quả mơ, chuối và các loại trái cây khác có thể được chế biến theo cách tương tự.

8.Rau trộn củ cải chiên

Làm: 6 lần phục vụ

THÀNH PHẦN:

- ¼ cốc bơ
- 1 chén hành tây xắt nhỏ
- 1 chén hành lá xắt nhỏ
- 2 cọng cần tây, xắt nhỏ
- 2 thìa gừng thái nhỏ
- 2 tép tỏi, thái nhỏ
- 1 pound củ cải baby có ngọn xanh
- 10 cốc nước
- 2 viên nước luộc gà cực lớn
- ½ chén rượu trắng khô hoặc nước
- ¼ chén bột bắp
- 6 cốc lá rau bina tươi đóng gói
- 1¼ thìa cà phê tiêu đen xay
- ½ thìa muối
- ¼ cốc bột mì đa dụng chưa rây
- 1 quả trứng lớn, đánh nhẹ
- Dầu thực vật để chiên

HƯỚNG DẪN:

a) Chuẩn bị rau xanh.

b) Nghiền thô củ cải đã nguội.

c) Kết hợp củ cải nghiền, bột mì, trứng và ¼ t hạt tiêu và muối còn lại.

d) Cho từng muỗng cà phê hỗn hợp rán vào chảo và chiên, đảo đều cho đến khi có màu nâu cả hai mặt.

9.Bí ngòi rán tráng miệng

Làm: 2 lần phục vụ

THÀNH PHẦN:

- 2 quả trứng
- ⅔ cốc phô mai ít béo
- 2 lát bánh mì trắng hoặc WW vụn
- 6 thìa cà phê Đường
- 1 chút muối
- ½ thìa cà phê bột nở
- 2 thìa cà phê Dầu thực vật
- 1 muỗng cà phê chiết xuất vani
- ½ muỗng cà phê quế xay
- ¼ muỗng cà phê hạt nhục đậu khấu
- ⅛ thìa cà phê hạt tiêu xay
- 2 thìa nho khô
- 1 cốc bí xanh cắt nhỏ cuối cùng, chưa gọt vỏ

HƯỚNG DẪN:

a) Kết hợp tất cả các thành phần ngoại trừ nho khô và bí xanh. Xay đến khi mịn.

b) Đổ hỗn hợp vào một cái bát.

c) Khuấy bí xanh và nho khô vào hỗn hợp trứng.

d) Làm nóng chảo chống dính hoặc vỉ nướng trên lửa vừa cao.

e) Dùng thìa lớn thả bột lên vỉ nướng, tạo thành những chiếc bánh 4 inch.

f) Lật miếng rán cẩn thận khi các cạnh có vẻ khô.

10.tỏi tây rán

Làm: 4 lần phục vụ

THÀNH PHẦN:

- 4 cốc tỏi tây cắt nhỏ; (khoảng 2 pound)
- 1 muỗng canh dầu thực vật
- 1 thìa bơ
- 2 chén cây me chua cắt nhỏ
- 2 quả trứng
- ¼ chén bột mì
- ¼ thìa cà phê vỏ chanh khô
- ¼ thìa cà phê Bột cà ri ngọt
- ¼ thìa cà phê Tiêu trắng
- ½ thìa muối
- Kem chua

HƯỚNG DẪN:

a) Xào tỏi tây trong dầu và bơ khoảng 7 phút cho đến khi chúng chín nhưng không bị chuyển sang màu nâu

b) Thêm cây me chua và nấu thêm 7 phút nữa hoặc lâu hơn cho đến khi héo.

c) Khi nguội, trộn đều trứng, bột mì và gia vị.

d) Thêm vào tỏi tây.

e) Trong chảo xào, đun nóng khoảng ¼ chén dầu thực vật.

f) Múc đủ hỗn hợp tỏi tây để làm bánh kếp 2-½"-3".

g) Nấu khoảng 2-3 phút ở mặt thứ nhất, cho đến khi có màu nâu nhạt, lật mặt và nấu khoảng 2 phút ở mặt thứ hai.

h) Xả trên khăn giấy và phục vụ.

11. Đậu lăng chiên và củ cải đường

Làm: 4 lần phục vụ

THÀNH PHẦN:

- ¼ pound đậu lăng đỏ; nấu chín
- 1 muỗng canh thì là tươi xắt nhỏ
- 1 thìa cà phê ớt bột
- ½ thìa muối
- ¾ pound Khoai tây đỏ; bóc vỏ
- Dầu ô liu; để chiên
- ¼ pound Rau củ cải đường; thân cây bị loại bỏ
- 1 muỗng canh giấm balsamic
- ½ muỗng cà phê mù tạt đá
- ½ thìa cà phê Capers
- Muối
- Hạt tiêu vừa mới nghiền
- 3 muỗng canh dầu ô liu nguyên chất

HƯỚNG DẪN:

a) Cho đậu lăng nghiền vào tô, cho thì là, ớt bột và ½ thìa muối vào trộn đều.

b) Nghiền khoai tây vào bát và khuấy đều.

c) Tạo hỗn hợp đậu lăng thành những miếng rán cỡ nửa đô la và chiên trong một lớp dầu mỏng cho đến khi chín vàng

CÁCH ĂN MẶC:

d) Đặt giấm, mù tạt, nụ bạch hoa, muối và hạt tiêu vào một cái bát nhỏ.

e) Đánh đều dầu ô liu cho đến khi hòa quyện.

f) Ngâm củ cải xanh trong nước muối cho đến khi héo. Phục vụ

12.cà tím chiên

Làm: 4 lần phục vụ

THÀNH PHẦN:

- 1 quả cà tím nhỏ
- 1 thìa cà phê giấm
- 1 quả trứng
- ¼ thìa cà phê muối
- 3 thìa bột mì
- ½ thìa cà phê bột nở

HƯỚNG DẪN:

a) Gọt vỏ và cắt lát cà tím. Nấu cho đến khi mềm trong nước sôi, có muối.

b) Thêm giấm và để yên trong một phút để ngăn chặn sự đổi màu.

c) Xả cà tím và nghiền.

d) Đánh đều các nguyên liệu khác và dùng thìa thả vào mỡ nóng, đảo bánh để chúng có màu nâu đều.

e) Xả tốt trên khăn giấy và giữ ấm.

f) Có thể thêm hành tây, rau mùi tây, v.v. thái nhỏ.

13.Cà rốt rán

Làm: 1 phần ăn

THÀNH PHẦN:

- ½ chén bột mì
- 1 quả trứng, đánh nhẹ
- 1 muỗng cà phê bột cà ri
- ½ pound Cà rốt
- ¼ thìa cà phê muối
- ½ cốc bia phẳng
- 1 lòng trắng trứng

HƯỚNG DẪN:

a) Trộn bột mì, muối, trứng, 1 thìa dầu thực vật và bia để tạo thành hỗn hợp bột mịn.

b) Khuấy bột cà ri. Đánh lòng trắng trứng cho đến khi cứng rồi đổ vào bột. Nhẹ nhàng gấp cà rốt vào.

c) Thả từng thìa lớn hỗn hợp vào dầu thực vật 375 độ và nấu khoảng một phút cho mỗi mặt.

14. Đậu rán chiên

Làm: 4 lần phục vụ

THÀNH PHẦN:

- 2 chén đậu Hà Lan (đã nấu chín)
- 1 cốc bột mì
- 2 thìa cà phê bột nở
- 1 thìa cà phê tiêu
- ½ thìa muối
- 1 thìa bột cà ri
- 2 quả trứng
- 1½ cốc sữa

HƯỚNG DẪN:

a) Trộn tất cả các nguyên liệu khô. Đánh trứng và sữa.
b) Thêm vào hỗn hợp bột. Nhẹ nhàng khuấy đậu đã nấu chín.
c) Thả từ thìa vào mỡ nóng ¾ inch. Chiên cho đến khi có màu nâu nhạt.

15.Khoai tây chiên nhồi

Làm: 1 phần ăn

THÀNH PHẦN:

- ¼ chén dầu ngô
- 3 củ hành vừa (1-1/2 cốc); băm nhỏ
- 1 pound thịt bò xay
- 1 thìa cà phê muối
- ½ thìa cà phê Tiêu
- 3 pound Khoai tây; nấu chín và nghiền
- 1 quả trứng; bị đánh đập
- 1 thìa cà phê muối; hoặc nếm thử
- ½ muỗng cà phê quế xay
- ½ thìa cà phê Tiêu
- 1 chén Matzoh

HƯỚNG DẪN:

a) Đun nóng dầu trong chảo và xào hành tây trên lửa vừa cho đến khi vàng.

b) Thêm thịt bò, muối và hạt tiêu vào xào cho đến khi hỗn hợp khô và tất cả chất lỏng đã bay hơi hết.

c) Thêm khoai tây nghiền.

d) Nặn ½ cốc bột khoai tây thành hình tròn trong lòng bàn tay.

e) Đặt 1 miếng nhân dày dặn vào giữa và gấp bột lại thành hình xúc xích hơi dẹt

f) Chiên trong dầu ở lửa vừa cho đến khi chín vàng cả hai mặt.

16.nấm rán

Làm: 6 lần phục vụ

THÀNH PHẦN:

- 1 cốc bột mì đa dụng
- 1 12 oz. lon bia
- 1½ muỗng cà phê muối
- ¼ thìa cà phê Tiêu đen
- 1 thìa cà phê ớt bột
- 1 pound nấm
- Nước chanh
- Muối
- 4 chén dầu để chiên

HƯỚNG DẪN:

a) Chuẩn bị bột bằng cách trộn tất cả trừ nấm, muối và chanh cho đến khi mịn.

b) Rắc nấm với một ít nước cốt chanh và muối.

c) Nhúng nấm vào bột rồi thả vào chảo dầu nóng cho nấm chín vàng.

d) Đặt nấm đã nấu chín trên khay có lót giấy thấm trong lò nướng ở nhiệt độ thấp.

17. Món rán bí spaghetti kiểu Ý

Làm: 4 lần phục vụ

THÀNH PHẦN:

- 2 quả trứng
- ½ cốc phô mai ricotta tách béo một phần
- Phô mai parmesan bào 1 ounce
- 3 thìa bột mì
- ½ thìa cà phê bột nở
- 2 thìa cà phê rau. dầu
- ⅛ muỗng cà phê bột tỏi
- ½ muỗng cà phê lá oregano khô
- ¼ muỗng cà phê húng quế khô
- 1 muỗng canh hành tây băm nhỏ
- 2 cốc spaghetti nấu chín

HƯỚNG DẪN:

a) Trong hộp máy xay sinh tố, kết hợp tất cả các thành phần, ngoại trừ spaghetti. Xay đến khi mịn. Thêm mì spaghetti

b) Đổ hỗn hợp lên chảo chống dính đã được làm nóng trước hoặc vỉ nướng đã được xịt Pam. Nấu trên lửa vừa cho đến khi có màu nâu ở cả hai mặt, lật cẩn thận.

NƯỚC XỐT:

c) Kết hợp một lon nước sốt cà chua 8oz, ¼ thìa cà phê lá oregano khô, ⅛ thìa cà phê bột tỏi và ¼ thìa cà phê húng quế khô vào chảo nước sốt nhỏ. Đun nóng cho đến khi nóng và sủi bọt

d) Phục vụ trên bánh rán.

18.Hành tây chiên

Làm: 6 lần phục vụ

THÀNH PHẦN:

- 1½ chén đậu lăng hoặc bột đậu xanh
- 1 thìa cà phê muối hoặc tùy khẩu vị
- 1 nhúm baking soda
- 1 muỗng canh gạo xay
- Một nhúm thì là/ớt bột/rau mùi
- 1 đến 2 quả ớt xanh tươi
- 2 củ hành lớn, cắt thành từng khoanh và tách riêng
- Dầu để chiên ngập dầu

HƯỚNG DẪN:

a) Rây bột rồi thêm muối, baking soda, gạo xay, thì là, rau mùi, ớt bột, ớt xanh; trộn đều.

b) Bây giờ thêm hành tây và trộn kỹ.

c) Dần dần thêm nước và tiếp tục trộn cho đến khi tạo thành một khối bột dày mềm.

d) Đun nóng dầu rồi chiên nhẹ nhàng để đảm bảo phần bột ở giữa mềm, còn mặt ngoài chuyển sang màu vàng nâu và giòn. Quá trình này sẽ mất khoảng 12 đến 12 phút cho mỗi mẻ.

e) Xả rán trên khăn giấy.

19.Pakora

Làm: 12 lần phục vụ

THÀNH PHẦN:

- 1 chén bột đậu xanh
- ½ chén bột mì đa dụng chưa tẩy trắng
- ½ muỗng cà phê Baking soda
- ¾ thìa cà phê Cream of tartar
- ¼ thìa cà phê muối biển
- 1 thìa cà phê bột thì là và bột rau mùi
- 1 muỗng cà phê nghệ và ớt cayenne
- 2 thìa nước cốt chanh
- 1 chén khoai tây thái lát
- 1 chén hoa súp lơ
- 1 chén ớt chuông xắt nhỏ

HƯỚNG DẪN:

a) Trộn bột mì, baking soda, kem tartar, muối và gia vị.

b) Cho từ từ nước và nước cốt chanh vào để tạo thành hỗn hợp bột mịn có độ đặc như kem đặc. Để qua một bên.

c) Nhúng rau vào bột để phủ. Nhúng vào dầu nóng, đảo đều để chiên chín vàng khoảng 5 phút.

d) Lấy thìa có rãnh ra và để ráo trên giấy thấm.

20.Rán củ cải và cà rốt

Làm: 4 lần phục vụ

THÀNH PHẦN:

- 225 gam rau mùi tây; nạo
- 2 củ cà rốt vừa; nạo
- 1 củ hành tây; nạo
- 3 thìa hẹ tươi cắt nhỏ
- Muối và hạt tiêu đen mới xay
- 2 quả trứng vừa
- ½ gói xúc xích heo
- 100 gram phô mai Cheddar mạnh
- 40 gram bột mì nguyên chất
- 2 muỗng canh mùi tây tươi xắt nhỏ

HƯỚNG DẪN:

a) Trộn rau mùi tây, cà rốt, hành tây, hẹ, gia vị và một quả trứng cho đến khi hòa quyện. Chia làm bốn, dẹt thành những chiếc bánh thô.

b) Làm nóng chảo rán lớn và nấu xúc xích trong 10 phút, thỉnh thoảng quay cho đến khi vàng.

c) Trong khi đó, cho bánh pancake vào chảo và chiên mỗi mặt trong 3 phút cho đến khi vàng.

d) Trộn các nguyên liệu còn lại để tạo thành hỗn hợp sệt và cuộn thành hình khúc gỗ lớn. Cắt làm bốn.

e) Cắt nhỏ xúc xích và chia chúng vào các miếng rán. Trên mỗi miếng phô mai là một lát phô mai.

f) Đặt dưới vỉ nướng đã được làm nóng trước và nấu trong 5-8 phút cho đến khi sủi bọt và tan chảy.

g) Phục vụ ngay lập tức với hẹ và tương ớt.

21.bánh rán Patatin

Làm: 4 lần phục vụ

THÀNH PHẦN:

- 1 pound khoai tây màu nâu đỏ
- 4 lít dầu ô liu nguyên chất
- Muối và tiêu

HƯỚNG DẪN:

a) Cắt khoai tây thành những lát cỡ ngón tay có kích thước bằng nhau và cho vào nước lạnh mới.

b) Đun nóng dầu đến 385 F trong nồi gấp đôi thể tích dầu

c) Thêm từng nắm khoai tây vào và nấu cho đến khi có màu vàng nâu.

d) Gắp ra giấy, nêm muối, tiêu rồi dùng kèm sốt mayonnaise

22.Khoai tây chiên và quả óc chó

Làm: 4 lần phục vụ

THÀNH PHẦN:

- 2 Luộc khoai tây
- Muối
- 2 quả trứng lớn
- ½ chén quả óc chó cắt nhỏ
- Hạt tiêu mới xay
- 5 chén dầu thực vật, để chiên ngập dầu

HƯỚNG DẪN:

a) Đun nóng dầu để chiên ngập dầu đến 360 độ

b) Làm bánh rán từ hỗn hợp nhưng không đổ ngập dầu. Chiên trong 2-3 phút hoặc cho đến khi vàng nâu ở tất cả các mặt.

c) Chuyển sang khay có lót khăn giấy.

23. Bí ngô rán

Làm: 1 phần ăn

THÀNH PHẦN:

- 4 chén bí ngô nghiền nấu chín
- 2 quả trứng
- 1 cốc bột mì
- 1 nhúm muối
- 1 muỗng cà phê bột nở
- 2 muỗng canh đầy đường
- 250 ml Đường
- 500 ml nước
- 500 ml sữa
- 30 ml bơ thực vật
- 20 ml tinh bột ngô pha với nước

HƯỚNG DẪN:

a) Trộn tất cả các nguyên liệu, tạo thành một khối bột mềm và chiên từng thìa trong dầu nhẹ cho đến khi cả hai mặt đều có màu vàng nhạt.

b) Xả ra giấy và dùng ấm với đường quế hoặc sốt caramel.

24.Rau chân vịt chiên

Làm: 4 lần phục vụ

THÀNH PHẦN:

- 1 pound rau bina tươi hoặc loại khác
- Rau bạn chọn
- 3 quả trứng lớn
- 2 thìa sữa
- 1 thìa cà phê muối
- ½ thìa cà phê Tiêu
- 2 thìa hành tây băm
- 1 muỗng canh cần tây xắt nhỏ
- 1 thìa bột mì
- Dầu ăn

HƯỚNG DẪN:

a) Rửa sạch rau bina, để ráo nước và thái nhỏ.

b) Tách trứng và đánh lòng trắng cho đến khi có chóp mềm.

c) Kết hợp lòng đỏ trứng với sữa, muối, hạt tiêu, hành tây, cần tây và bột mì.

d) Cho lòng trắng trứng đã đánh bông và rau bina vào, trộn đều.

e) Tạo thành 8 miếng chả cỡ 3 inch và chiên trong dầu ăn cho đến khi chín vàng.

25.Đậu phụ chiên giòn

Làm: 4 lần phục vụ

THÀNH PHẦN:

- 50 gram bột mì tự nở
- Muối và hạt tiêu mới xay
- Dầu thực vật để chiên
- đậu phụ 285g; cắt thành khối
- 2 muỗng canh đường bột
- 2 muỗng canh giấm rượu vang đỏ
- 300 gram hỗn hợp quả mọng
- 2 củ hẹ; thái hạt lựu

HƯỚNG DẪN:

LÀM SALSA

a) Cho giấm và đường vào chảo, đun nóng nhẹ để đường tan.

b) Thêm các loại quả mọng và hẹ vào rồi đun nhẹ trong 10 phút cho đến khi mềm. Cho phép làm mát.

LÀM BÁNH

c) Cho bột vào tô và đổ từ từ vào nước.

d) Đun nóng dầu trong chảo sâu lòng cho đến khi nóng.

e) Nhúng đậu phụ vào bột và chiên ngập dầu trong 1-2 phút cho đến khi bột giòn.

26.Cà chua rán

Làm cho: 16 Phục vụ

THÀNH PHẦN:

- 1⅓ cốc cà chua mận, bỏ hạt, thái hạt lựu
- ⅔ cốc bí xanh, thái hạt lựu
- ½ chén hành tây, thái nhỏ
- 2 thìa lá bạc hà, xắt nhỏ
- ½ chén bột mì đa dụng
- ¾ muỗng cà phê bột nở
- ½ thìa muối
- ½ thìa cà phê Tiêu
- Một nhúm bột quế
- Dầu ô liu để chiên

HƯỚNG DẪN:

a) Kết hợp cà chua thái hạt lựu, bí xanh, hành tây và bạc hà vào một cái bát nhỏ

b) Kết hợp bột mì, bột nở, muối và hạt tiêu và quế vào tô vừa.

c) Khuấy rau thành nguyên liệu khô.

d) Đun nóng dầu ô liu trong chảo chống dính lớn và thả từng thìa bột tròn vào dầu.

e) Nấu cho đến khi có màu vàng nâu, khoảng 2 phút mỗi mặt.

f) Xả trên khăn giấy và dùng nóng.

27.bánh rán hoa cơm cháy

Làm: 4 lần phục vụ

THÀNH PHẦN:

- Dầu hướng dương để chiên ngập dầu
- Hoa cơm cháy 8 đầu; tùy thuộc vào kích thước
- 180 gram bột mì thường
- 1 muỗng canh đường bột
- Một nhúm muối
- Vỏ bào nhuyễn của 1 quả chanh
- 2 quả trứng
- 60 ml sữa
- 60 ml rượu trắng khô
- 1 chút chanh và đường bột

HƯỚNG DẪN:

a) Rây bột vào tô cùng với đường và muối.

b) Thêm vỏ chanh và trứng vào, thêm khoảng một nửa sữa và một nửa rượu vào.

c) Bắt đầu trộn chất lỏng vào bột, dần dần trộn phần còn lại của sữa và rượu để tạo thành một khối bột mịn.

d) Lần lượt lấy từng bông hoa và nhúng vào bột.

e) Nhấc ra và để bột chảy bớt rồi trượt vào dầu.

f) Sau hai phút, mặt dưới sẽ có màu nâu vàng nhạt.

g) Lật miếng rán và chiên giòn thêm một phút nữa.

h) Xả trên giấy ăn trước khi phục vụ.

28.Bánh rán hoa bồ công anh

Làm: 10 lần phục vụ

THÀNH PHẦN:

- 1 cốc bột mì nguyên cám
- 2 muỗng canh dầu ô liu
- 2 thìa cà phê bột nở
- 1 chén hoa bồ công anh
- 1 nhúm muối
- 1 quả trứng
- Xịt dầu thực vật chống dính
- ½ cốc sữa ít béo

HƯỚNG DẪN:

a) Trong một bát trộn đều bột mì, bột nở và muối. Trong một bát riêng, đánh trứng, sau đó trộn với sữa hoặc nước và dầu ô liu.

b) Kết hợp với hỗn hợp khô. Khuấy hoa màu vàng cẩn thận, chú ý không làm nát chúng.

c) Xịt nhẹ dầu thực vật lên vỉ nướng hoặc chảo rán.

d) Đun nóng cho đến khi ấm hoàn toàn. Đổ từng thìa bột vào vỉ nướng và nấu như bánh kếp.

29.bánh rán hoa cơm cháy

Làm: 1 phần ăn

THÀNH PHẦN:

- 8 đầu hoa cơm cháy
- 110 gram bột mì nguyên chất
- 2 muỗng canh dầu hướng dương
- 150 ml Lager hoặc nước
- 1 lòng trắng trứng
- Dầu để chiên
- Đường tinh; sàng lọc
- nêm chanh

HƯỚNG DẪN:

a) Rây bột mì và muối lại với nhau rồi trộn đều với dầu và bia.

b) Để yên ở nơi thoáng mát trong 1 giờ.

c) Đánh lòng trắng trứng cho đến khi đạt chóp cứng. Gấp trứng ngay trước khi sử dụng bột.

d) Đun nóng một ít dầu trong chảo sâu lòng hoặc nồi chiên sâu.

e) Nhúng đầu hoa vào bột rồi thả vào dầu nóng đang bốc khói rồi chiên cho đến khi chín vàng.

f) Xả các món rán trên giấy ăn.

g) Bày ra đĩa, rắc đường bột đã rây và dùng kèm với chanh.

30.Bánh rán cánh hoa hồng

Làm: 4 lần phục vụ

THÀNH PHẦN:

- 1 bó cánh hoa hồng
- đường bánh kẹo
- Nước sốt ngọt

HƯỚNG DẪN:

a) Cho cánh hoa vào và trộn nhẹ nhàng.

b) Thả vào chảo dầu nóng và chiên vàng.

c) Để chiên: Nhúng các khối thức ăn vào bột. Chiên trong 3-4 inch mỡ ở nhiệt độ 375 độ cho đến khi có màu vàng nâu.

d) Xả trên khăn giấy.

e) Rắc đường bánh kẹo hoặc rưới nước sốt ngọt lên trên bánh rán trái cây.

RÁN TRÁI CÂY

31.Bánh rán táo Hà Lan

Làm: 4 lần phục vụ

THÀNH PHẦN:

- 8 quả táo lớn gọt vỏ, bỏ lõi
- 2 chén bột mì đa dụng, đã rây
- 12 ounce bia
- ½ thìa muối
- Dầu, mỡ lợn hoặc mỡ
- Đường bánh kẹo

HƯỚNG DẪN:

a) Cắt táo đã gọt vỏ và bỏ lõi hoặc cắt thành từng khoanh dày ⅓ inch.

b) Trộn rượu bia, bột mì và muối bằng máy đánh trứng, cho đến khi hỗn hợp mịn thì nhúng các lát táo vào hỗn hợp.

c) Chiên ngập mỡ hoặc 1 inch dầu trong chảo nặng ở nhiệt độ chiên 370°. Làm khô hạn

32.Bánh rán cam-táo

Làm: 18 lần phục vụ

THÀNH PHẦN:

- 1 cốc sữa
- 1 quả cam, vỏ và nước ép
- 1 quả trứng, đánh đập
- 1 cốc Táo, cắt nhỏ
- 4 thìa bơ thực vật
- 3 chén bột làm bánh
- ¼ cốc đường
- 2 thìa cà phê bột nở
- ½ thìa muối
- 1 thìa cà phê Vani

HƯỚNG DẪN:

a) Đánh trứng. Trong một bát trộn, trộn sữa, trứng và bơ thực vật tan chảy.
b) Thêm nước cam, vỏ, táo cắt nhỏ và vani.
c) Rây đều bột mì, muối và bột nở.
d) Khuấy hỗn hợp sữa bằng thìa cho đến khi hòa quyện.
e) Làm nóng dầu trong chảo ở nhiệt độ 350 độ.
f) Thả phần cuối của một muỗng canh vào dầu nóng.
g) Chiên đến màu vàng nâu. Xoay để chúng có màu nâu đều. Để nguội.

33. Bánh chuối chiên tẩm bột tempura

Làm: 1 phần ăn

THÀNH PHẦN:

- 5 quả chuối
- Bột để nạo chuối
- Dầu thực vật để chiên ngập dầu
- 1 quả trứng
- 125 ml bột mì đã rây
- 1/2 thìa cà phê baking soda
- Em yêu

HƯỚNG DẪN:

a) Trộn các thành phần bột bằng roi cho đến khi hơi nổi bọt.

b) Cắt chuối thành khối 1 inch / 2½ cm. Lăn chúng xung quanh trong bột cho đến khi phủ nhẹ.

c) Nhúng vài miếng chuối vào bột và chiên cho đến khi chín vàng. Xả trên khăn giấy. Làm theo từng đợt nhỏ cho đến khi hoàn thành.

d) Đun mật ong trong chảo cho đến khi lỏng và nóng; đổ thứ này lên chuối.

34.bánh rán mơ

Làm: 8 lần phục vụ

THÀNH PHẦN:

- 12 quả mơ nhỏ
- 12 quả hạnh nhân nguyên hạt
- 2 thìa rượu rum trắng
- ½ chén bột mì đa dụng chưa tẩy trắng
- ½ chén bột bắp
- 3 thìa đường
- ½ thìa muối
- ½ muỗng cà phê quế
- ½ thìa cà phê bột nở
- ½ cốc nước; thêm
- 1 muỗng canh nước
- 3 thìa bơ tan chảy
- 1½ lít dầu thực vật; để chiên
- Đường bánh kẹo

HƯỚNG DẪN:

a) Đặt quả mơ vào một cái bát và rắc rượu rum vào các cạnh khe.

b) Đối với bột bánh, trộn các nguyên liệu khô vào tô và cho nước vào, sau đó cho bơ tan chảy vào.

c) Dùng nĩa nhúng mơ vào bột cho đến khi vàng đậm và mơ chín

35.Bánh chuối chiên Benya

Làm: 1 phần ăn

THÀNH PHẦN:

- 1 gói men
- 1 cốc nước nóng
- Đường
- 10 quả chuối thật mềm
- 3 thìa quế
- 2 thìa hạt nhục đậu khấu
- 2 ½ pound Bột mì
- 1 ½ pound Đường
- Vỏ bào của một quả cam
- ¼ thìa cà phê muối

HƯỚNG DẪN:

a) Cho men vào nước nóng và rắc một ít đường. Che và để yên để bắt đầu quá trình tăng.

b) Nghiền kỹ chuối trong tô trộn lớn với men. Thêm quế, nhục đậu khấu, bột mì, đường, vỏ cam bào và muối.

c) Trộn kỹ và để qua đêm. Hỗn hợp sẽ tăng lên và tăng gấp ba lần.

d) Thả từng thìa vào chất béo sâu; chiên cho đến khi có màu nâu. Phục vụ nóng hoặc lạnh

36.Langoustine và chuối chiên

Làm: 1 phần ăn

THÀNH PHẦN:

- 4 chú langoustine đầy đặn
- 1 quả chuối
- 8 ounce bột ngô
- 8 ounce bột mì nguyên chất
- 1 ounce bột nở
- 3½ muỗng canh sốt cà chua
- ¼ lít giấm
- Muối và tiêu

HƯỚNG DẪN:

a) Cho bột ngô, bột mì, muối, tiêu vào tô trộn. Thêm sốt cà chua và giấm vào rồi đánh đều thành hỗn hợp sệt. Thêm bột nở.

b) Làm nóng chảo hoặc nồi chiên điện ở nhiệt độ 175-180C.

c) Gọt vỏ langoustine và làm sạch ruột. Tách các miếng langoustine vào và đặt một miếng chuối vào giữa.

d) Cố định lại bằng que cocktail. Nhúng vào bột và chiên giòn.

37.Rán đào đóng hộp

Làm: 4 -5 khẩu phần

THÀNH PHẦN:

- 1 lon (29 oz.) đào cắt lát
- 1 chén bột mì TRƯỚC KHI đo
- ½ thìa muối
- 1 muỗng cà phê bột nở
- 2 quả trứng; bị đánh đập
- 1 muỗng canh mỡ tan chảy
- ½ cốc sữa nguyên chất
- Dầu thực vật

HƯỚNG DẪN:

a) Xả đào và rắc nhẹ bột mì. Rây bột với muối và bột nở.
b) Thêm trứng đánh đều, mỡ tan chảy và sữa. Trộn đều.
c) Dùng nĩa có tay cầm dài, nhúng trái cây vào bột. Để bột thừa chảy ra.
d) Hạ trái cây vào dầu nóng (375) và chiên trong 2-3 phút hoặc cho đến khi có màu nâu nhạt
e) Xả trên khăn giấy. Rắc đường bột.

38. Bánh dứa rán Caribe

Làm: 1 phần ăn

THÀNH PHẦN:

- 2 cốc Dứa tươi; cắt thành khối
- 1 quả ớt Habanero Chile; bỏ hạt và băm nhỏ
- 5 lá hẹ; băm nhuyễn
- 1 củ hành tây; băm nhỏ
- 2 tép tỏi; nghiền và băm nhỏ
- 8 củ hành lá; băm nhỏ
- ½ thìa cà phê nghệ
- 1¼ chén bột mì
- ½ cốc sữa; Hoặc nhiều hơn
- ½ chén dầu thực vật; để chiên
- 2 quả trứng; bị đánh đập
- Muối và tiêu
- vòng dứa; Đối với Trang trí

HƯỚNG DẪN:

a) Trộn bảy thành phần đầu tiên; để qua một bên.

b) Trộn bột mì, sữa, trứng, muối và hạt tiêu rồi đánh đều bằng máy trộn điện.

c) Sau 4 giờ, trộn trái cây với bột.

d) Đun nóng dầu thực vật trong chảo sâu lòng.

e) Đổ từng thìa bột vào và chiên trong khoảng 5 phút hoặc cho đến khi chúng có màu vàng nâu.

f) Loại bỏ rán và để ráo trên khăn giấy. Phục vụ lạnh

39.Bánh rán cơm cháy

Làm: 4 lần phục vụ

THÀNH PHẦN:

- 1 ¾ chén bột mì
- 2 quả trứng
- ½ cốc cộng với ½ thìa sữa
- 1 nhúm muối nhỏ
- 16 Hoa cơm cháy có cuống
- Đường để rắc bụi
- 750 gram mỡ lợn hoặc mỡ để chiên

HƯỚNG DẪN:

a) Dùng máy đánh trứng trộn bột mì, trứng, muối và sữa vào bột bánh pancake.

b) Rửa sạch hoa cơm cháy nhiều lần rồi lau khô bằng khăn giấy.

c) Nhúng nhanh hoa vào bột rồi chiên ngập dầu cho đến khi có màu vàng nâu. Rắc đường và phục vụ.

40.Rán trái cây và rau quả

Làm: 1 phần ăn

THÀNH PHẦN:

- 1 cốc bột mì đa dụng
- 1 muỗng cà phê bột nở
- 14 muỗng cà phê muối
- 2 quả trứng lớn
- 2 thìa cà phê Đường
- ⅔ cốc sữa
- 1 muỗng cà phê dầu sa-lát
- ½ thìa nước cốt chanh
- Trai cây trộn
- Rau trộn

HƯỚNG DẪN:

a) Rây bột mì, bột nở và muối với nhau.

b) Đánh trứng cho đến khi nhẹ và mịn.

c) Thêm đường, sữa, dầu và một chút nước cốt chanh; thêm hỗn hợp bột và khuấy chỉ đủ lâu để làm ẩm.

d) Thêm một chút quế vào bột khi làm món rán trái cây.

e) TRÁI CÂY: Táo: Gọt vỏ, bỏ lõi và cắt thành lát ½ inch. Chuối: Cắt thành khối và rắc nước cốt chanh và đường. Dùng đào, dứa đóng hộp... để ráo nước; rắc thật nhẹ bột mì trước khi nhúng vào bột.

f) RAU CỦ: Cắt thành từng miếng có kích thước bằng nhau để giữ thời gian chiên gần như nhau.

g) Đun nóng dầu trong chảo sâu lòng và nấu các món chiên cho đến khi có màu nâu nhạt, sau đó để ráo trên khăn giấy.

41.Trái cây chiên sốt chanh-bourbon

Làm cho: 32 Phục vụ

THÀNH PHẦN:

- ¾ chén bột mì đa dụng
- ½ thìa cà phê bột nở
- 1 quả trứng, đánh đập
- 1 muỗng canh bơ hoặc bơ thực vật, tan chảy
- ⅓ cốc Đường
- 1 muỗng canh bột bắp
- ¾ cốc nước
- 2 muỗng canh bơ hoặc bơ thực vật
- 1 thìa cà phê Vani
- 4 quả táo, 4 quả lê, 4 quả chuối
- ¼ cốc rượu Bourbon
- Vỏ chanh và 4 thìa nước cốt chanh

HƯỚNG DẪN:

a) Rây đều bột mì, đường và bột nở.

b) Kết hợp trứng, nước, bơ và vani; khuấy đều thành phần khô cho đến khi vừa trộn.

c) Nhúng lát trái cây vào bột; thả vào chảo dầu nóng rồi chiên vàng đều hai mặt.

d) SỐT LEMON-BOURBON: Cho đường và bột ngô vào nồi nhỏ; khuấy trong nước. Nấu, khuấy liên tục cho đến khi hỗn hợp sôi và đặc lại. Khuấy bơ. Thêm rượu bourbon, vỏ chanh và nước trái cây; trộn đều.

42. Táo gián miền Bắc

Làm: 15 lần phục vụ

THÀNH PHẦN:

- ¾ chén bột ngô vàng
- ½ chén bột mì đa dụng
- 2 thìa bột nở
- 6 thìa đường
- 1 nhúm muối
- 1 quả trứng
- ½ cốc sữa
- 1½ chén dầu thực vật để chiên
- 1 quả táo Bắc Điệp, gọt vỏ
- 2 thìa dầu thực vật
- Đường bánh kẹo để trang trí

HƯỚNG DẪN:

a) Kết hợp tất cả các thành phần khô ngoại trừ đường bánh kẹo

b) Thêm từng thành phần chất lỏng (trừ 1½ cốc dầu), khuấy đều giữa các lần thêm.

c) Trộn táo vào.

d) Để bột nghỉ trong 10 phút.

e) Đun nóng dầu cho đến khi dầu nổ lách tách, chưa đến mức bốc khói.

f) Thả bột vào dầu và vớt ra giấy thấm dầu khi bột có màu vàng nâu.

g) Rắc đường bánh kẹo và phục vụ.

43. Bánh chuối chiên dứa

Làm: 1 phần ăn

THÀNH PHẦN:

- 1⅓ cốc bột mì đa dụng
- 1½ thìa cà phê bột nở tác dụng kép
- 3 muỗng canh đường cát
- 1 thìa cà phê gừng xay
- ¾ cốc dứa tươi cắt nhỏ; cạn nước
- ¾ cốc chuối cắt nhỏ
- ½ cốc sữa
- 1 trứng lớn; bị đánh nhẹ
- Dầu thực vật để chiên ngập dầu
- Đường bánh kẹo để phủ bụi

HƯỚNG DẪN:

a) Rây bột mì, bột nở, đường cát, gừng và một chút muối.

b) Trong một bát trộn đều dứa, chuối, sữa và trứng, thêm hỗn hợp bột và khuấy bột cho đến khi hòa quyện.

c) Thả từng thìa bột vào dầu và chiên các món rán, lật chúng trong vòng 1 đến 1 phút rưỡi hoặc cho đến khi chúng có màu vàng.

d) Dùng thìa có rãnh chuyển bánh rán sang khăn giấy để ráo nước và rây đường bánh kẹo lên trên.

44. Bánh rán lê luộc

Làm: 1 phần ăn

THÀNH PHẦN:

- Bánh quy bơ sữa
- Dầu thực vật
- 1 cổng chai
- 1 ly nước
- 1 thanh quế
- 3 tép nguyên
- ½ thìa hạt nhục đậu khấu
- 1 nhúm Mace
- 4 quả lê; bóc vỏ

HƯỚNG DẪN:

a) Cho các nguyên liệu vào nồi và đun sôi thêm lê. Đun sôi cho đến khi lê hơi chín trong 15 đến 20 phút.

b) Sau khi lê nguội, lấy lê ra và lọc lấy nước, đặt lại vào nồi và đun sôi. Giảm một nửa và loại bỏ nhiệt.

c) Cắt lê thành từng phần, bỏ hạt.

d) Cán bột có chiều dài gấp đôi chiều rộng của quả lê và dài đến mức bạn có thể dày từ ⅛ đến ¼ inch.

e) Đặt những quả lê lên trên bột, gấp bột lên trên và cắt bằng bánh ngọt.

f) Lặp lại cho đến khi hết bột và lê.

45.Bánh rán rượu rum anh đào

Làm: 6 lần phục vụ

THÀNH PHẦN:

- ½ chén bột mì đa dụng
- 2 muỗng canh đường bánh kẹo
- ¼ thìa cà phê muối
- 1 pound quả anh đào có cuống
- Đường bánh kẹo
- 2 quả trứng; ly thân
- 2 thìa rượu Rum
- ½ cốc bơ đã được làm rõ
- ½ chén dầu thực vật

HƯỚNG DẪN:

a) Trong tô vừa, trộn bột mì, lòng đỏ trứng, 2 muỗng canh đường làm bánh kẹo, rượu rum và muối để tạo thành hỗn hợp bột mịn.

b) Đậy nắp và để yên trong 1 đến 2 giờ.

c) Đánh lòng trắng trứng cho đến khi cứng rồi cho vào bột.

d) Đun nóng bơ và dầu thực vật trong chảo lớn đến 360 độ F., sau đó vặn lửa nhỏ.

e) Nhúng quả anh đào vào bột rồi cho vào chảo dầu nóng

f) Chiên trong 3 phút hoặc cho đến khi chúng có màu vàng nâu

g) Loại bỏ quả anh đào.

h) Nhúng chúng vào đường của bánh kẹo và thưởng thức.

46.bánh quế táo

Làm: 6 lần phục vụ

THÀNH PHẦN:

- 2 chén bột mì đa dụng
- 1/4 chén đường cát
- 2 thìa cà phê bột nở
- 1/2 thìa cà phê muối
- 1 muỗng cà phê quế xay
- 2/3 cốc sữa
- 2 quả trứng lớn
- 2 cốc táo gọt vỏ và thái hạt lựu
- Dầu thực vật để chiên
- Đường bột để rắc đường

HƯỚNG DẪN:

a) Trong một tô lớn, trộn đều bột mì, đường, bột nở, muối và quế.

b) Trong một bát riêng, đánh đều sữa và trứng cho đến khi hòa quyện.

c) Đổ hỗn hợp sữa vào nguyên liệu khô và khuấy đều cho đến khi vừa kết hợp. Tránh trộn quá kỹ.

d) Nhẹ nhàng gấp những quả táo thái hạt lựu vào.

e) Đun nóng dầu thực vật trong chảo hoặc nồi sâu lòng đến nhiệt độ khoảng 350°F (175°C).

f) Thả từng thìa bột vào dầu nóng và chiên cho đến khi vàng nâu cả hai mặt, lật chúng một lần trong khi nấu.

g) Dùng thìa có rãnh vớt các miếng rán ra khỏi dầu và đặt chúng lên đĩa có lót khăn giấy để thấm bớt dầu thừa.

h) Rắc đường bột lên bánh rán trước khi dùng. Thưởng thức chúng ấm áp.

47.Bánh Dừa Dứa

Làm: 6 lần phục vụ

THÀNH PHẦN:

- 1 cốc bột mì đa dụng
- 2 muỗng canh đường cát
- 1 thìa cà phê bột nở
- 1/4 thìa cà phê muối
- 1/2 chén dứa đóng hộp, để ráo nước
- 1/4 cốc nước cốt dừa
- 1 trứng lớn
- 1/2 muỗng cà phê chiết xuất vani
- Dầu thực vật để chiên
- Dừa nạo để phủ (tùy chọn)

HƯỚNG DẪN:

a) Trong một cái bát, trộn đều bột mì, đường, bột nở và muối.

b) Trong một bát riêng, trộn dứa nghiền, nước cốt dừa, trứng và chiết xuất vani.

c) Đổ hỗn hợp dứa vào nguyên liệu khô và khuấy đều cho đến khi vừa kết hợp.

d) Đun nóng dầu thực vật trong chảo hoặc nồi sâu lòng đến nhiệt độ khoảng 350°F (175°C).

e) Thả từng thìa bột vào dầu nóng và chiên cho đến khi vàng nâu, lật chúng một lần trong khi nấu.

f) Lấy các miếng rán ra khỏi dầu và đặt chúng lên đĩa có lót khăn giấy để loại bỏ dầu thừa.

g) Nếu muốn, hãy cuộn những miếng rán ấm trong dừa vụn để có thêm hương vị và kết cấu dừa.

h) Ăn món dừa chiên dứa khi còn ấm.

48.Bánh rán phô mai dâu tây

Làm: 6 lần phục vụ

THÀNH PHẦN:

- 1 cốc bột mì đa dụng
- 2 muỗng canh đường cát
- 1 thìa cà phê bột nở
- 1/4 thìa cà phê muối
- 1/2 cốc sữa
- 1 trứng lớn
- 1/2 muỗng cà phê chiết xuất vani
- 1 cốc dâu tây tươi thái hạt lựu
- 4 ounce phô mai kem, cắt thành khối nhỏ
- Dầu thực vật để chiên
- Đường bột để rắc đường

HƯỚNG DẪN:

a) Trong một cái bát, trộn đều bột mì, đường, bột nở và muối.

b) Trong một bát riêng, trộn sữa, trứng và chiết xuất vani rồi đánh đều cho đến khi hòa quyện.

c) Đổ hỗn hợp sữa vào nguyên liệu khô và khuấy cho đến khi tạo thành bột mịn.

d) Nhẹ nhàng gấp dâu tây thái hạt lựu và phô mai kem vào.

e) Đun nóng dầu thực vật trong chảo hoặc nồi sâu lòng đến nhiệt độ khoảng 350°F (175°C).

f) Thả từng thìa bột vào dầu nóng và chiên cho đến khi vàng nâu, lật chúng một lần trong khi nấu.

g) Dùng thìa có rãnh vớt các miếng rán ra khỏi dầu và đặt chúng lên đĩa có lót khăn giấy để thấm bớt dầu thừa.

h) Rắc đường bột lên bánh rán trước khi dùng. Thưởng thức chúng ấm áp.

49.Bánh rán chanh việt quất

Làm: 6 lần phục vụ

THÀNH PHẦN:

- 1 cốc bột mì đa dụng
- 2 muỗng canh đường cát
- 1 thìa cà phê bột nở
- 1/4 thìa cà phê muối
- Vỏ của 1 quả chanh
- 1/2 cốc sữa
- 1 trứng lớn
- 1/2 muỗng cà phê chiết xuất vani
- 1 cốc quả việt quất tươi
- Dầu thực vật để chiên
- Đường bột để rắc đường

HƯỚNG DẪN:

a) Trong một cái bát, trộn đều bột mì, đường, bột nở, muối và vỏ chanh.

b) Trong một bát riêng, trộn sữa, trứng và chiết xuất vani rồi đánh đều cho đến khi hòa quyện.

c) Đổ hỗn hợp sữa vào nguyên liệu khô và khuấy cho đến khi tạo thành bột mịn.

d) Nhẹ nhàng gấp quả việt quất tươi vào.

e) Đun nóng dầu thực vật trong chảo hoặc nồi sâu lòng đến nhiệt độ khoảng 350°F (175°C).

f) Thả từng thìa bột vào dầu nóng và chiên cho đến khi vàng nâu, lật chúng một lần trong khi nấu.

g) Dùng thìa có rãnh vớt các miếng rán ra khỏi dầu và đặt chúng lên đĩa có lót khăn giấy để thấm bớt dầu thừa.

h) Rắc đường bột lên bánh rán trước khi dùng. Phục vụ ấm áp.

CÁ & HẢI SẢN CHIÊN

50.Cá trê rán

Làm: 8 lần phục vụ

THÀNH PHẦN:

- 1½ chén bột mì đa dụng
- 1 muỗng cà phê muối và hạt tiêu
- 2 quả trứng vừa
- 3 thìa bơ, không muối; tan chảy, làm nguội
- 1 cốc sữa nguyên chất
- ½ pound cá tuyết muối
- 1 hạt tiêu, cay; gieo hạt
- 2 củ hành lá; băm nhỏ
- 1 tép tỏi; nghiền
- 1 muỗng canh mùi tây; băm nhỏ
- ½ thìa cà phê húng tây
- 1 quả mọng; đất

HƯỚNG DẪN:

a) Rây bột mì và muối vào tô. Đánh trứng với bơ rồi thêm vào hỗn hợp bột. Thêm sữa dần dần, chỉ khuấy đều.

b) Thêm nhiều sữa hơn nếu bột quá cứng.

c) Đập cá vào cối với ớt cay

d) Thêm hành lá, tỏi, rau mùi tây, húng tây, hạt tiêu và hạt tiêu đen cho vừa ăn. Khuấy thành bột

e) Đun nóng dầu và chiên hỗn hợp bằng cách múc từng thìa cho đến khi vàng nâu.

51.Cá tuyết chiên

Làm: 14 chiếc bánh rán

THÀNH PHẦN:

- ½ pound Cá tuyết muối khô, nấu chín và thái nhỏ
- Dầu thực vật để chiên ngập dầu
- 1½ cốc bột mì đa dụng chưa rây
- ½ thìa cà phê bột nở
- ½ muỗng cà phê tiêu đen nứt
- ¼ thìa cà phê muối
- 2 lòng trắng trứng lớn
- 2 tép tỏi, nghiền nát
- 2 muỗng canh lá ngò tươi cắt nhỏ

HƯỚNG DẪN:

a) Trong một tô lớn, trộn bột mì, bột nở, hạt tiêu đen và muối.

b) Trong một tô nhỏ, đánh lòng trắng trứng cho đến khi sủi bọt - thêm lòng trắng trứng đã đánh và nước vào hỗn hợp bột để tạo thành bột nhão.

c) Thêm cá tuyết cắt nhỏ muối, tỏi và lá ngò tươi cắt nhỏ; khuấy cho đến khi kết hợp tốt.

d) Theo từng mẻ, thả từng thìa bột vào dầu nóng và chiên trong 12 phút.

e) Xả trên khăn giấy và dùng nóng trên đĩa phục vụ; trang trí với rau mùi.

52. Rán thịt cá và cua

Làm: 1 phần ăn

THÀNH PHẦN:

- 12 ounce cá tuyết tươi hoặc đông lạnh
- 6 ounce thịt cua giả
- 2 quả trứng; bị đánh đập
- 1/2 chén bột mì
- 1 củ hành lá; Thái nhỏ
- ½ muỗng cà phê vỏ chanh thái nhỏ
- 1 thìa nước cốt chanh
- 1 tép tỏi; nghiền
- ¼ thìa cà phê muối
- ½ thìa cà phê Tiêu
- Dầu ăn

HƯỚNG DẪN:

a) Trong máy xay sinh tố hoặc tô máy chế biến thực phẩm, trộn cua cá, trứng, bột mì, hành tây, vỏ chanh, nước cốt chanh, tỏi, muối và tiêu.
b) Che và trộn cho đến khi mịn.
c) Chảo dầu nhẹ và đun nóng
d) Múc khoảng ¼ cốc bột vào chảo và phết thành từng miếng bánh có đường kính 3 inch
e) Nấu trong 3 phút mỗi mặt hoặc cho đến khi vàng

53.Nghêu cá tuyết và ngô chiên

Làm: 1 phần ăn

THÀNH PHẦN:

- 2 quả trứng, đánh đều
- ¼ cốc nước ngao
- ¼ cốc sữa
- 1 muỗng canh dầu
- 1½ chén bột mì
- 1 muỗng cà phê bột nở
- Muối để nếm
- 1 chén ngô hạt thoát nước tốt
- ½ chén nghêu băm nhuyễn

HƯỚNG DẪN:

a) Đập trứng; thêm sữa, nước nghêu và dầu vào rồi đánh cho đến khi hòa quyện.
b) Khuấy bột mì, bột nở và muối cho vừa ăn.
c) Đánh cho đến khi trộn đều. Thêm ngô và nghêu.
d) Thả từng thìa tròn vào dầu nóng.
e) Nấu cho đến khi chín vàng cả hai mặt. Xả trên khăn giấy.

54.ốc xà cừ rán

Tạo ra: 50 lần phục vụ

THÀNH PHẦN:

- 2 pound ốc xà cừ, thái nhỏ
- 1 cốc nước cốt chanh
- ¼ chén dầu ô liu
- 1 quả ớt chuông xanh
- 1 quả ớt chuông đỏ
- 1 củ hành lớn, thái nhỏ
- 4 quả trứng, đánh tan
- 2 cốc bột
- 1 thìa cà phê muối
- 1 thìa cà phê gia vị Cajun
- 6 chút sốt Tabasco
- 3 thìa cà phê bột nở
- 5 muỗng canh bơ thực vật, tan chảy
- Dầu thực vật để chiên

HƯỚNG DẪN:

a) Yêu cầu chợ cá cho ốc xà cừ qua máy làm mềm.

b) Ướp ốc xà cừ trong 1 cốc nước cốt chanh và ¼ cốc dầu ô liu trong ít nhất 30 phút; làm khô hạn.

c) Trộn tất cả các thành phần.

d) Chiên trong dầu thực vật NÓNG cho đến khi vàng, khoảng 3-5 phút.

e) Ăn kèm với sốt cocktail đỏ hoặc sốt tartar.

55.Ngao chiên đóng hộp

Làm: 12 lần phục vụ

THÀNH PHẦN:

- 1 quả trứng; đánh tốt
- ½ thìa muối
- ⅛ thìa cà phê Tiêu đen
- ⅔ cốc bột mì trắng
- 1 muỗng cà phê bột nở
- ¼ cốc nước luộc nghêu đóng hộp hoặc sữa
- 1 thìa bơ; tan chảy
- 1 chén nghêu đóng hộp băm nhỏ; cạn nước
- Dầu hoặc bơ trong
- ¼ cốc kem chua hoặc sữa chua
- 1 thìa cà phê thì là; tarragon hoặc húng tây

HƯỚNG DẪN:

a) Nhẹ nhàng trộn tất cả các thành phần, thêm nghêu vào cuối cùng.

b) Thả 2 thìa đầy mỗi món rán vào vỉ nướng đã bôi mỡ nóng hoặc chảo sắt.

c) Khi bong bóng vỡ thì lật bánh lại.

d) Ăn nóng với một ít kem chua, sữa chua hoặc sốt tartar.

56.Rán cua và bơ

Làm: 4 lần phục vụ

THÀNH PHẦN:

- 2 cân thịt cua
- Muối
- 1 chén hành lá thái hạt lựu
- ¼ chén vụn bánh mì khô
- 1 quả bơ vừa, gọt vỏ và cắt nhỏ
- Dầu ngô để chiên ngập dầu
- Bột mì đa dụng
- Hành lá thái mỏng
- 2 quả trứng
- ½ cốc sốt ớt cay

HƯỚNG DẪN:

a) Kết hợp cua, 1 c hành lá và bơ vào tô lớn.

b) Trộn trứng, salsa và muối; thêm vào cua. Trộn trong vụn bánh mì.

c) Tạo thành hỗn hợp thành những quả bóng 1½ inch.

d) Đổ dầu vào chảo lớn đến độ sâu 3 inch.

e) Đun nóng đến 350 độ

f) Rán bột bằng bột mì. Cẩn thận đổ dầu theo từng mẻ (không đổ dồn) và nấu cho đến khi có màu vàng nâu, khoảng 2 phút mỗi mặt.

g) Xả trên khăn giấy.

h) Chuyển sang tấm đã chuẩn bị sẵn và giữ ấm trong lò cho đến khi tất cả chín.

i) Trang trí với các lát hành lá và dùng ngay

57.Tôm chiên

Làm: 6 lần phục vụ

THÀNH PHẦN:

- 1 chén đuôi tôm
- ¼ cốc Pimientos, cắt nhỏ
- ¼ chén hành lá, xắt nhỏ
- 2 cốc bột
- 1 muỗng cà phê baking soda
- ½ thìa muối
- ½ thìa cà phê cua luộc
- ½ cốc nước dùng hoặc nước
- Dầu để chiên

HƯỚNG DẪN:

a) Thêm pimientos và hành lá vào tôm.

b) Rây bột mì, baking soda và muối vào với nhau rồi cho vào tôm.

c) Thêm nước dùng hoặc nước vào và trộn để tạo thành hỗn hợp bột đặc. Đậy nắp và để yên trong ½ giờ.

d) Đổ từng thìa bột vào và chiên cho đến khi vàng nâu

58.Nghêu chiên

Làm: 4 lần phục vụ

THÀNH PHẦN:

- Nghêu 1 lít
- 1 thìa bột nở
- 1½ muỗng cà phê muối
- 1 cốc sữa
- 1 thìa bơ
- 1¾ chén bột mì đa dụng
- 1 muỗng cà phê mùi tây, xắt nhỏ
- 2 quả trứng, đánh đập
- 2 thìa cà phê hành tây, xay nhuyễn

HƯỚNG DẪN:

a) Kết hợp các thành phần khô. Kết hợp trứng, sữa, hành tây, bơ và nghêu.

b) Kết hợp với các thành phần khô và khuấy cho đến khi mịn.

c) Dùng từng muỗng cà phê thả bột vào chảo nóng ở nhiệt độ 350 độ F và chiên trong 3 phút hoặc cho đến khi có màu vàng nâu.

d) Xả trên giấy thấm.

59.Tôm chiên ngô Indonesia

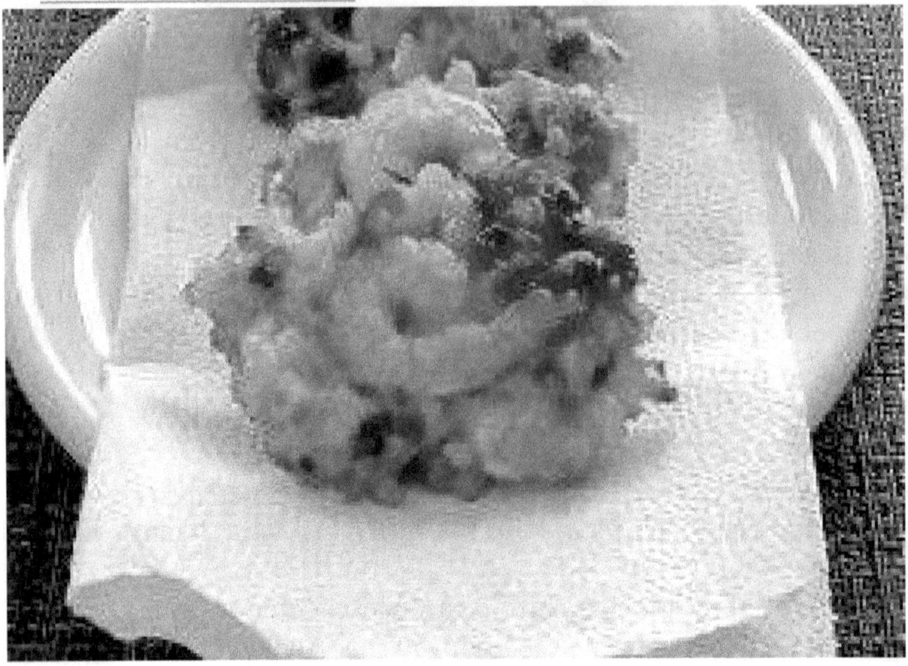

Làm: 6 lần phục vụ

THÀNH PHẦN:

- 3 bắp ngô cạo vỏ và thái nhỏ
- ½ pound Tôm cỡ vừa đã bóc vỏ và bỏ chỉ,
- 1 thìa cà phê tỏi băm
- ½ chén hẹ thái nhỏ hoặc: Hành lá
- 1 thìa cà phê rau mùi đất
- ¼ thìa cà phê thì là xay
- 2 muỗng canh lá rau mùi cắt nhỏ
- 2 thìa bột mì
- 1 thìa cà phê muối
- 2 quả trứng, đánh đập
- Dầu đậu phộng hoặc dầu thực vật để chiên
- tương ớt để chấm

HƯỚNG DẪN:

a) Trong một tô lớn, trộn ngô, tôm, tỏi, hành lá, rau mùi xay, thì là, lá rau mùi, bột mì, muối và trứng.

b) Đun nóng một lớp dầu mỏng trong chảo trên lửa vừa cao.

c) Đổ ¼ cốc hỗn hợp ngô vào chảo.

d) Thêm càng nhiều càng tốt vào chảo với khoảng cách ½ inch giữa các miếng rán.

e) Chiên cho đến khi vàng nâu và giòn; xoay.

f) Nấu khoảng 1 phút cho mỗi mặt. Lấy ra và để ráo trên khăn giấy.

g) Giữ ấm trong khi chiên các món rán còn lại.

60.Tôm hùm chiên

Làm: 1 phần ăn

THÀNH PHẦN:

- 1 chén tôm hùm cắt nhỏ
- 2 quả trứng
- ½ cốc sữa
- 1¼ chén bột mì
- 2 thìa cà phê bột nở
- Muối và hạt tiêu cho vừa ăn

HƯỚNG DẪN:

a) Đun nóng mỡ sâu cho đến khi một khối bánh mì chuyển sang màu nâu trong vòng 60 giây. Trong khi mỡ đang nóng, đánh trứng cho đến khi nhạt màu.

b) Thêm sữa và bột mì đã rây bột nở, muối, tiêu rồi cho tôm hùm cắt nhỏ vào.

c) Thả từng thìa nhỏ vào mỡ và chiên cho đến khi vàng nâu. Xả trên giấy màu nâu trong lò ấm.

d) Ăn kèm với nước sốt chanh nhanh.

61. Hến chiên sốt salsa

Làm: 4 lần phục vụ

THÀNH PHẦN:

- 8 con trai vỏ xanh; ra khỏi vỏ
- 6 quả trứng lớn; bị đánh nhẹ
- 50 ml Kem đôi
- 10 ml mắm cá
- 2 thìa Polenta
- 50 gram hành lá; cắt lát
- 400 gram Kumera; luộc chín rồi bóc vỏ
- 1 củ hành đỏ nhỏ; gọt vỏ và thái lát
- 20ml nước cốt chanh tươi
- 2 Nashi; lõi được loại bỏ và
- 30 ml dầu ô liu nguyên chất

HƯỚNG DẪN:

a) Cắt trai thành từng phần tư rồi trộn vào tô cùng với trứng, kem, nam pla, polenta và nửa củ hành lá.

b) Cuối cùng, trộn kumera vào.

c) Trộn tất cả các nguyên liệu khác để làm salsa, bao gồm cả hành lá còn lại và để yên trong 30 phút.

d) Làm nóng chảo và phết dầu, sau đó làm 4 chiếc bánh lớn hoặc 8 chiếc bánh nhỏ.

e) Chiên chín vàng một mặt rồi lật mặt còn lại.

62.Bạch tuộc rán

Làm: 8 lần phục vụ

THÀNH PHẦN:

- 2 con bạch tuộc khoảng 1 1/2 pound mỗi con
- 1 thìa cà phê muối
- 2 lít nước
- 2 lít nước đá có đá
- 2 củ hành vừa, bóc vỏ và băm nhỏ
- 2 quả trứng, đánh đập
- 1 chén bột mì hoặc nhiều hơn nếu cần
- Muối và hạt tiêu cho vừa ăn
- Dầu để chiên

HƯỚNG DẪN:

a) Thả bạch tuộc vào ấm đun nước lớn có nước muối sôi nhanh.

b) Nấu trên lửa vừa cao trong khoảng 25 phút. Xả và ngâm vào một cái bát chứa đầy nước đá và nước đá.

c) Với một bàn chải thô cạo đi phần da màu tím. Cắt chân và thái nhỏ.

d) Bỏ đi những cái đầu. Trong một bát trộn đều hành, trứng, bột mì, muối và hạt tiêu.

e) Thêm bạch tuộc xắt nhỏ và trộn đều.

f) Tạo thành hỗn hợp thành các miếng phẳng có kích thước 2½ - 3 inch.

g) Đun nóng khoảng ½ inch dầu trong một cái chảo lớn nặng và chiên bạch tuộc chiên cho đến khi chín vàng cả hai mặt.

h) Phục vụ ngay lập tức.

63.Tôm chiên

Làm: 8 lần phục vụ

THÀNH PHẦN:

- ½ cốc sữa
- ½ chén bột mì tự nổi
- 1 chén tôm sống; băm nhỏ
- 1 chén cơm chín
- 1 quả trứng
- ½ chén hành lá; băm nhỏ
- Muối và hạt tiêu cho vừa ăn

HƯỚNG DẪN:

a) Trộn tất cả các thành phần.
b) Nhỏ từng thìa cà phê vào dầu ăn nóng rồi chiên chín vàng.
c) Dùng như món khai vị.

64. Hàu ngô chiên

Làm: 1 phần ăn

THÀNH PHẦN:

- 2 cốc bột ngô
- 2 quả trứng, tách riêng
- ¼ thìa cà phê Tiêu
- 2 thìa bột mì
- ½ thìa muối

HƯỚNG DẪN:

a) Có thể sử dụng ngô đóng hộp hoặc ngô tươi.

b) Thêm lòng đỏ trứng đã đánh bông, bột mì và gia vị vào phần cùi ngô.

c) Thêm lòng trắng trứng đánh bông cứng và trộn.

d) Thả từng thìa có kích thước bằng con hàu lên chảo rán bơ nóng và có màu nâu.

65.Cá ngừ rán

Làm: 3 lần phục vụ

THÀNH PHẦN:

- 1 cốc bột mì
- 1 muỗng cà phê bột nở
- ½ thìa muối
- 2 quả trứng
- ¼ cốc sữa
- 1 lon cá ngừ, để ráo nước và bong vảy
- 6 1/2 hoặc 7 oz. kích cỡ
- Hành khô mảnh
- Dầu để chiên

HƯỚNG DẪN:

a) Rây bột mì, bột nở và muối vào tô trộn.
b) Đánh trứng tốt. Đánh trong sữa.
c) Kết hợp các thành phần lỏng với các thành phần khô.
d) Khuấy cho đến khi tất cả bột được làm ẩm. Khuấy cá ngừ.
e) Nhỏ từng muỗng cà phê vào dầu nóng, 375 độ. Chiên cho đến khi vàng đều các mặt. Xả trên khăn giấy.

RÁN THỊ T VÀ GIA CẦM

66.gà rán

Làm: 6 lần phục vụ

THÀNH PHẦN:

- 2 chén thịt gà; nấu chín thái nhỏ
- 1 thìa cà phê muối
- 2 thìa cà phê mùi tây tươi băm nhỏ
- 1 thìa nước cốt chanh
- 2 quả trứng; phút đánh thời gian nấu
- 1¼ chén bột mì
- 2 thìa cà phê bột nở
- ⅔ cốc sữa

SỐT MẬT ONG MẬT ONG

- 1 cốc mù tạt khô
- 1 cốc giấm rượu trắng
- ¾ cốc mật ong
- ¼ thìa cà phê muối

HƯỚNG DẪN:

a) Trong một tô lớn, trộn gà với muối, mùi tây và nước cốt chanh. Đặt sang một bên trong 15 phút.

b) Trong một tô lớn khác, trộn bột mì, bột nở, trứng và sữa. Khuấy đều để trộn đều.

c) Thêm hỗn hợp bột vào thịt gà và trộn đều.

d) Thả từng thìa bột vào dầu nóng và chiên từng mẻ không đông trong 2 phút, cho đến khi có màu vàng nâu.

e) Xả trên khăn giấy.

f) Kết hợp các thành phần mù tạt mật ong và dùng làm nước chấm.

67.Thịt bò rán dai

Làm: 5 lần phục vụ

THÀNH PHẦN:

- 2 pound Thịt bò nướng chưa nấu chín
- 6 thìa sữa
- 1 muỗng canh Bột mì đa dụng không tẩy trắng
- 3 quả trứng lớn, đánh đập
- 1½ chén bột tự nở
- 4 thìa cà phê muối
- ¼ thìa cà phê Tiêu

HƯỚNG DẪN:

a) Kết hợp sữa và bột mì; khuấy vào trứng. Kết hợp bột mì tự nổi, muối và hạt tiêu.

b) Nhúng miếng thịt bò nướng vào hỗn hợp trứng rồi lăn qua hỗn hợp bột mì.

c) Chiên trong mỡ sâu nóng cho đến khi chín vàng và đun nóng. Xả trên khăn giấy thấm và dùng nóng.

68.Bắp tươi và xúc xích chiên

Làm cho: 24 Phục vụ

THÀNH PHẦN:

- 1 chén bột mì đa dụng, đã rây
- 1 muỗng cà phê bột nở
- 1 thìa cà phê muối
- ⅛ muỗng cà phê Tiêu
- ¼ thìa cà phê ớt bột
- 1 chén xúc xích đã nấu chín và thái nhỏ
- 1 cốc ngô tươi bỏ lõi
- 2 lòng đỏ trứng, đánh bông
- 2 thìa sữa
- 2 lòng trắng trứng, đánh bông cứng
- Dầu để chiên

HƯỚNG DẪN:

a) Rây bột mì, bột nở và gia vị vào tô trộn. Thêm xúc xích, ngô, lòng đỏ trứng và sữa; trộn cho đến khi hòa quyện.

b) Gấp lòng trắng trứng đánh bông cứng.

c) Nhỏ từng muỗng cà phê vào dầu đun nóng ở nhiệt độ 360 - 365 độ.

d) Nấu trong 3 đến 5 phút, chuyển sang màu nâu ở tất cả các mặt. Xả trên khăn giấy.

69. Bánh ngô chiên xúc xích

Có: 6 cháu trai

THÀNH PHẦN:

- 6 quả trứng; ly thân
- 12 ounce ngô với pimiento
- 6 xúc xích
- ½ chén bột mì đa dụng
- ½ thìa muối
- 1 muỗng canh rượu sherry nấu ăn

HƯỚNG DẪN:

a) Đánh lòng đỏ trứng cho đến khi bông xốp và nhạt màu; thêm ngô, xúc xích thái hạt lựu, bột mì, muối và rượu sherry. Trộn rất tốt.

b) Đánh lòng trắng trứng cho đến khi đạt đỉnh. Trộn lòng trắng trứng vào hỗn hợp xúc xích, chú ý không để mất không khí.

c) Chiên trên vỉ nướng nóng, phết ít dầu mỡ như cách làm bánh kếp, sử dụng khoảng ¼ cốc hỗn hợp cho mỗi chiếc bánh.

d) Phục vụ ngay lập tức, nóng hổi.

70.Thịt rán Hàn Quốc

Làm: 4 lần phục vụ

THÀNH PHẦN:

- 2 pound bít tết thăn nội
- 3 nhánh hành lá, băm nhỏ
- 2 muỗng canh dầu hạt mè
- 2 muỗng cà phê Hạt vừng
- ½ chén nước tương
- 1 tép tỏi, băm nhỏ
- 1 chút tiêu đen
- 5 quả trứng

NƯỚC XỐT

- 2 muỗng canh nước tương
- 1 thìa cà phê hành lá xắt nhỏ
- 1 muỗng cà phê hạt vừng
- 1 muỗng cà phê giấm
- 1 thìa cà phê đường

HƯỚNG DẪN:

a) Trộn tất cả các thành phần nước sốt.

b) Kết hợp tất cả các thành phần khác ngoại trừ trứng và ngâm thịt trong nước sốt trong một giờ.

c) Bột mì và nhúng vào trứng đã đánh nhẹ rồi chiên trên lửa vừa cho đến khi có màu nâu.

d) Ăn nóng với nước sốt.

RIÊNG PHÔ MAI

71. Bánh rán Parmesan và mozzarella

Làm: 4 lần phục vụ

THÀNH PHẦN:

- 1 tép tỏi; băm nhỏ
- 2 miếng mozzarella trưởng thành; nạo
- 1 quả trứng nhỏ; bị đánh đập
- Vài lá húng quế tươi
- 70 gam phô mai Parmesan; nạo
- 2 muỗng canh bột mì nguyên chất
- Muối và tiêu

HƯỚNG DẪN:

a) Trộn phô mai mozzarella, tỏi, húng quế, phô mai parmesan và gia vị rồi trộn với trứng đã đánh tan. Thêm một ít bột mì, tạo hình và để trong tủ lạnh khoảng 30 phút.

b) Phủ nhẹ một lớp bột mì trước khi chiên.

c) Hỗn hợp phải khá mềm vì nó sẽ cứng lại sau khi để trong tủ lạnh trong thời gian cần thiết.

d) Dầu trong chảo không nên quá nóng nếu không bánh sẽ cháy bên ngoài và lạnh ở giữa.

72.Bánh rán phô mai Basle

Làm: 1 phần ăn

THÀNH PHẦN:

- 4 lát bánh mì
- 1 ounce bơ
- 3 củ hành
- 4 lát Gruyere
- Ớt cựa gà

HƯỚNG DẪN:

a) Chiên nhẹ bánh mì trong bơ cả hai mặt và xếp lên khay nướng.

b) Đổ nước sôi lên hành tây thái nhỏ và để yên trong giây lát.

c) Đổ nước đi và xào hành tây với phần bơ còn lại cho đến khi mềm.

d) Trải mỏng hành tây lên bánh mì và phủ một lát phô mai lên từng lát bánh mì.

e) Rắc ớt bột và nướng trong lò thật nóng (445 độ F/Mốc gas 8) cho đến khi phô mai tan chảy. Phục vụ cùng một lúc.

73.Rau thơm chấm sữa chua mơ

Làm: 6 lần phục vụ

THÀNH PHẦN:

- 3 quả trứng; bị đánh nhẹ
- 150 gram phô mai Mozzarella; nạo
- 85 gram Parmesan tươi bào sợi
- 125 gram vụn bánh mì tươi
- ½ củ hành đỏ; Thái nhỏ
- ¼ thìa cà phê ớt đỏ
- 2 muỗng canh kinh giới tươi
- 2 muỗng canh hẹ cắt nhỏ
- 5 muỗng canh rau mùi tây lá phẳng xắt nhỏ
- 1 nắm lá tên lửa; đại khái cắt nhỏ
- 1 nắm lá rau muống non; băm nhỏ
- Muối và hạt tiêu và dầu hướng dương
- Hộp sữa chua Hy Lạp 500 gram
- 12 quả mơ khô ăn liền; thái hạt lựu
- 2 tép tỏi và bạc hà tươi cắt nhỏ

HƯỚNG DẪN:

a) Trộn các nguyên liệu làm món chiên, trừ dầu và bơ, cho đến khi đặc và khá đặc. Liên kết với vụn bánh mì nếu ẩm ướt.

b) Trộn các thành phần nước sốt ngay trước khi sử dụng.

c) Đổ dầu 1cm/ ½" vào chảo rán, thêm bơ và đun nóng cho đến khi có màu đục.

d) Khuôn bánh rán hình bầu dục, dùng tay ấn chặt cho chặt.

e) Chiên trong dầu khoảng 2-3 phút cho đến khi giòn.

74.Bánh rán phô mai Bern

Làm: 1 phần ăn

THÀNH PHẦN:

- 8 ounce phô mai Gruyere bào
- 2 quả trứng
- 2½ ounce chất lỏng Sữa
- 1 thìa cà phê Kirsch
- Chất béo để chiên
- 6 lát bánh mì

HƯỚNG DẪN:

a) Trộn phô mai bào với lòng đỏ trứng, sữa và Kirsch. Cho lòng trắng trứng đã đánh bông vào và phết hỗn hợp lên bánh mì.

b) Đun nóng mỡ trong chảo lớn rồi đặt bánh mì, phô mai úp mặt xuống trong mỡ nóng

c) Khi các lát có màu vàng nâu, lật mặt và chiên nhanh mặt còn lại.

75.Đậu, ngô và phô mai cheddar

Làm: 5 lần phục vụ

THÀNH PHẦN:

- ½ chén bột ngô vàng
- ½ chén bột mì trắng chưa tẩy trắng
- ½ thìa cà phê bột nở
- Dash xay thì là, ớt cayenne, muối và bột ớt
- ½ cốc sữa
- 1 lòng đỏ trứng và 2 lòng trắng trứng
- 1 chén đậu đen; nấu chín
- 1 cốc phô mai Cheddar sắc nét
- ½ cốc ngô tươi; hoặc hạt ngô đông lạnh
- 2 thìa ngò; tươi băm nhỏ
- Ớt chuông đỏ và ớt xanh, rang

HƯỚNG DẪN:

a) Khuấy đều bột ngô, bột mì, bột nở, muối, bột ớt, thì là và ớt cayenne trong tô cỡ vừa.

b) Đánh sữa với lòng đỏ trứng rồi thêm vào nguyên liệu khô, trộn đều.

c) Khuấy đậu, phô mai, ngô, ngò, ớt đỏ và ớt xanh.

d) Nhẹ nhàng gấp lòng trắng trứng vào.

e) Đun nóng ½ cốc dầu trong chảo 10 inch trên lửa vừa cao.

f) Múc khoảng ¼ cốc bột cho mỗi món chiên và chiên cho đến khi có màu vàng nâu.

76.Bánh rán phô mai Mozzarella và spaghetti

Làm: 2 lần phục vụ

THÀNH PHẦN:

- 2 tép tỏi
- 1 bó rau mùi tây tươi nhỏ và 3 củ hành salad
- 225 gram thịt lợn nạc bằm
- Phô mai Parmesan tươi bào và phô mai mozzarella hun khói
- 150 gram Spaghetti hoặc tagliatelle
- 100 ml nước cốt bò nóng
- 400 gram cà chua cắt nhỏ
- 1 chút đường và 1 chút nước tương
- Muối và tiêu
- 1 quả trứng và 1 thìa dầu ô liu
- 75 ml Sữa
- 50 gam bột mì thường; cộng thêm cho việc lau bụi

HƯỚNG DẪN:

a) Trộn tỏi, salad hành, tỏi, phô mai Parmesan, rau mùi tây và nhiều muối và hạt tiêu. Nặn thành tám quả bóng chắc chắn.

b) Đun nóng dầu trong chảo lớn và nấu thịt viên. Đổ vào kho.

c) Nấu cà chua xắt nhỏ, đường, muối và hạt tiêu rồi thêm vào thịt viên

d) Đánh đều dầu, sữa, bột mì và một ít muối vào lòng đỏ để tạo thành hỗn hợp bột đặc, mịn.

e) Cắt mỏng mozzarella, sau đó rắc bột mì lên.

f) Thêm lòng đỏ trứng và trộn lòng trắng trứng đã đánh bông.

g) Nhúng các lát phô mai mozzarella đã bột vào bột và chiên mỗi mặt trong hai phút cho đến khi giòn và vàng.

77.Bánh rán phô mai Emmenthal

Làm: 1 phần ăn

THÀNH PHẦN:

- 1 lát bánh mì lớn
- 1 lát giăm bông
- 1 thìa bơ
- 1 lát phô mai Emmenthal
- Muối, tiêu
- 1 quả trứng

HƯỚNG DẪN:

a) Nướng nhẹ bánh mì.

b) Chiên giăm bông một thời gian ngắn, đặt lên bánh mì, phủ phô mai và nêm gia vị.

c) Đặt vào lò nướng khá nóng và để phô mai tan chảy hoặc cho vào chảo rán có nắp đậy trên bếp.

d) Vào giây phút cuối cùng, phủ phô mai lên trên với một quả trứng chiên.

78.Bánh rán cheddar bột ngô

Làm: 1 phần ăn

THÀNH PHẦN:

- 1 cốc bột ngô
- 1 cốc Cheddar bào nhỏ
- ½ chén hành tây băm
- ¼ chén ớt chuông đỏ băm
- 1 thìa cà phê muối
- Ớt cay, để nếm thử
- ¾ cốc nước sôi
- Dầu thực vật để chiên
- Nước sốt nóng kiểu Louisiana, ví dụ như nhãn hiệu Crystal

HƯỚNG DẪN:

a) Trong một bát kết hợp bột ngô, Cheddar, hành tây, ớt chuông, muối và ớt cayenne.

b) Đổ nước sôi vào và trộn kỹ. Trong chảo sâu lòng hoặc nồi chiên sâu, đun nóng 3 inch dầu thực vật đến 350 F.

c) Thả 6 thìa bột vào dầu và chiên trong 2-3 phút hoặc cho đến khi vàng nâu.

79.bánh rán Camembert

Làm: 10 lần phục vụ

THÀNH PHẦN:

- 3 thìa bơ/margarine
- 3 thìa bột mì đa dụng
- 1 cốc sữa
- 4 ounce phô mai Camembert
- Muối để nếm
- Ớt cayenne để nếm thử
- 1 trứng lớn
- 1 muỗng canh bơ/margarine
- ½ chén vụn bánh mì mịn

HƯỚNG DẪN:

a) Đun chảy bơ trong chảo nặng trên me. nhiệt.
b) Trộn bột nhanh chóng. Thêm sữa dần dần, khuấy kỹ.
c) Đun sôi, thêm phô mai vào nước sốt và khuấy cho đến khi tan chảy.
d) Thêm muối và ớt cayenne cho vừa ăn.
e) Trải hỗn hợp dày ¾ inch lên khay nướng. Cắt hỗn hợp phô mai thành hình vuông.
f) Đánh trứng với nước.
g) Lăn các miếng phô mai vào vụn bánh mì rồi nhúng chúng vào hỗn hợp trứng.
h) Cuộn chúng lại thành từng mảnh vụn và rũ bỏ những mảnh vụn thừa.
i) Thả từng miếng phô mai vào dầu.
j) Chỉ chiên cho đến khi chúng có màu nâu vàng.

80.Súp lơ-cheddar rán

Làm cho: 24 Phục vụ

THÀNH PHẦN:

- 1½ cốc bột mì đa dụng
- 2 thìa cà phê bột nở
- ½ thìa muối
- 2 chén súp lơ thái hạt lựu
- 1 chén phô mai Cheddar cắt nhỏ
- 1 muỗng canh hành tây thái hạt lựu
- 1 trứng lớn
- 1 cốc sữa
- Dầu thực vật

HƯỚNG DẪN:

a) Kết hợp 3 thành phần đầu tiên trong một tô lớn; khuấy súp lơ, phô mai và hành tây.

b) Đánh đều trứng và sữa. Thêm vào hỗn hợp bột, đánh đều cho đến khi ẩm.

c) Đổ dầu thực vật đến độ sâu 2 inch vào lò kiểu Hà Lan; đun nóng đến 375 độ F. Thả từng thìa bột tròn vào dầu và chiên mỗi mặt trong 1 phút hoặc cho đến khi bánh rán có màu nâu vàng.

d) Xả thật kỹ trên khăn giấy và dùng ngay.

81.Khoai tây chiên nhồi phô mai

Làm: 5 lần phục vụ

THÀNH PHẦN:

- 2 pound Khoai tây nướng, nấu chín
- ⅓ cốc bơ, làm mềm
- 5 Lòng đỏ trứng
- 2 muỗng canh mùi tây
- 1 thìa cà phê muối
- ½ thìa cà phê Tiêu
- Nhúm hạt nhục đậu khấu
- Phô mai mozzarella 4 ounce
- Bột mì đa dụng
- 2 quả trứng lớn, đánh nhẹ
- 1½ chén vụn bánh mì Ý

HƯỚNG DẪN:

a) Cho khoai tây và bơ vào tô trộn lớn; đánh ở tốc độ trung bình bằng máy trộn điện cho đến khi mịn.

b) Thêm lòng đỏ và 4 nguyên liệu tiếp theo vào, khuấy đều. Chia hỗn hợp khoai tây thành 10 phần.

c) Quấn từng phần quanh một lát phô mai; định hình nó thành một hình bầu dục.

d) Rắc nhẹ từng lớp bột mì; nhúng vào trứng đã đánh và phết vào vụn Bánh mì Ý.

e) Làm lạnh trong 20 phút.

f) Đổ dầu đến độ sâu 4 inch trong lò Hà Lan Đun nóng đến 340 độ.

g) Chiên từng ít bánh rán trong 8 phút, quay một lần.

82.Bánh rán lê và phô mai cheddar

Làm: 1 phần ăn

THÀNH PHẦN:

- 4 quả lê Bartlett cỡ vừa; bóc vỏ
- 16 lát phô mai cheddar sắc nét
- ½ chén bột mì đa dụng
- 2 quả trứng lớn; đánh để trộn
- 2 chén vụn bánh mì trắng tươi

HƯỚNG DẪN:

a) Cắt 3 lát mỏng dọc từ các cạnh đối diện của mỗi quả lê; loại bỏ lõi.

b) Lần lượt các lát lê và phô mai, đặt 2 lát phô mai vào giữa 3 lát lê cho mỗi 8 chiếc bánh rán. Giữ chắc từng chiếc bánh mì kẹp phô mai-lê với nhau, phủ nhẹ một lớp bột mì, sau đó là trứng, sau đó là vụn bánh mì, phủ hoàn toàn và ấn vụn bánh mì cho bám dính.

c) Đổ dầu vào chảo lớn nặng đến độ sâu 1 inch và đun nóng đến 350F.

d) Nấu từng mẻ bánh rán cho đến khi chín vàng, đảo bằng thìa có rãnh, khoảng 2 phút mỗi mặt.

e) Xả trên khăn giấy.

83.Bánh rán Ricotta và hạt dẻ

Làm: 4 lần phục vụ

THÀNH PHẦN:

- 1 cốc ricotta tươi
- 3 quả trứng lớn
- ½ cốc phô mai Parmigiano-Reggiano
- ¼ chén bột hạt dẻ
- 1 chén hạt dẻ rang thái nhỏ
- 1 lon phi-lê cá cơm
- 6 tép tỏi; Thái nhỏ
- ½ chén dầu ô liu nguyên chất
- 6 muỗng canh bơ không muối
- 1 lít dầu ô liu nguyên chất

HƯỚNG DẪN:

a) Trong một tô trộn lớn, đặt phô mai ricotta, 2 quả trứng và ½ cốc Parmigiano-Reggiano vào và trộn đều.

b) Dùng tay trộn bột hạt dẻ cho đến khi tạo thành khối bột mịn như bánh quy

c) Trong một bát nhỏ đánh trứng còn lại.

d) Lấy một lượng nhỏ hỗn hợp ricotta và tạo thành một quả bóng 2 inch.

e) Cẩn thận phủ quả bóng bằng trứng đã đánh và khi còn ướt, rắc hạt dẻ cắt nhỏ vào.

f) Trong khi đó, trộn cá cơm với nước ép, tỏi và ½ cốc dầu ô liu vào nồi nhỏ rồi khuấy trên lửa vừa.

g) Nghiền cá cơm thành bột nhão. Khuấy từng muỗng bơ 1 cho đến khi tan chảy và mịn

h) Chiên những viên ricotta trong dầu nóng cho đến khi có màu vàng nâu

84.Bánh rán phô mai Gruyere

Làm: 1 phần ăn

THÀNH PHẦN:

- 4 lát bánh mì nướng, mỗi lát dày 1 3/8 inch
- 2½ ounce chất lỏng Rượu vang trắng
- 5½ ounce phô mai Gruyere, bào
- 1 quả trứng
- Ớt cựa gà
- Hạt tiêu

HƯỚNG DẪN:

a) Làm ẩm các lát bánh mì nướng với một ít rượu và xếp chúng lên khay nướng.

b) Trộn phần rượu còn lại với phô mai, trứng và gia vị thành một hỗn hợp sệt khá đặc rồi phết lên bánh mì nướng.

c) Rắc thêm ớt bột và hạt tiêu.

d) Nướng nhanh trong lò rất nóng (445 độ F/Mốc gas 8) cho đến khi phô mai bắt đầu tan chảy, dùng ngay.

RIÊNG NGŨ & ĐẬU

85.Bánh gạo lứt chiên nhanh

Làm: 6 lần phục vụ

THÀNH PHẦN:

- 2 chén gạo lứt hạt ngắn nấu chín
- ½ cốc đường
- 3 quả trứng; bị đánh đập
- ½ thìa muối
- ¼ thìa cà phê Vani
- 6 thìa bột mì
- ½ thìa hạt nhục đậu khấu
- 3 thìa cà phê bột nở

HƯỚNG DẪN:

a) Kết hợp gạo, trứng, vani và hạt nhục đậu khấu và trộn đều.

b) Rây các nguyên liệu khô lại với nhau và trộn vào hỗn hợp gạo.

c) Thả từng thìa vào mỡ sâu nóng (360) và chiên cho đến khi có màu nâu.

d) Đổ ra giấy thấm, rắc đường bột và dùng nóng

86.Bột chiên ngô

Làm: 4 lần phục vụ

THÀNH PHẦN:

- 10 ounce kem đông lạnh khổng lồ xanh
- Dầu ngô để chiên ngập dầu
- ½ chén bột mì
- ½ chén bột ngô vàng
- 1 muỗng cà phê bột nở
- 1 muỗng cà phê hành tây băm ngay
- ½ thìa muối
- 2 quả trứng

HƯỚNG DẪN:

a) Đặt túi ngô chưa mở vào nước ấm trong 10 đến 15 phút để rã đông.

b) Trong nồi chiên ngập dầu hoặc chảo nặng, đun nóng dầu từ 2 đến 3 inch ở nhiệt độ 375 độ. Trong một tô vừa, trộn ngô đã rã đông và các nguyên liệu còn lại; khuấy cho đến khi kết hợp tốt.

c) Thả từng thìa bột vào dầu nóng, 375 độ. Chiên trong 2 đến 3 phút hoặc cho đến khi có màu vàng nâu. Phung phí giấy vềsinh

87.Bánh rán đậu mắt đen

Làm: 20 lần phục vụ

THÀNH PHẦN:

- ½ pound Đậu mắt đen, ngâm nước
- 4 tép tỏi, đập dập
- 2 thìa cà phê muối
- 1 thìa cà phê Tiêu đen
- 4 muỗng canh Nước
- Dầu để chiên
- Nước cốt chanh vừa miệng

HƯỚNG DẪN:

a) Khi đậu đã mềm, chà sạch vỏ và ngâm thêm 30 phút.

b) Xả và rửa sạch.

c) Trong máy chế biến thực phẩm, chế biến đậu Hà Lan, tỏi, muối và hạt tiêu

d) Thêm nước trong khi tiếp tục xử lý.

e) Thêm đủ nước để có được hỗn hợp nhuyễn mịn, đặc.

f) Làm nóng lò ở 250F. Trong một chảo lớn, đun nóng dầu từ 2 đến 3 inch và chiên 1 bồn bột cho đến khi có màu nâu vàng.

g) Lặp lại cho đến khi hết bột chiên theo cách này. Cho vào lò nướng để giữ nóng.

h) Ăn nóng, rắc muối và nước cốt chanh.

88.rán gạo

Làm: 12 lần phục vụ

THÀNH PHẦN:

- 1 gói men khô
- 2 muỗng canh Nước ấm
- 1½ chén cơm chín; làm mát
- 3 quả trứng; bị đánh đập
- 1½ chén bột mì
- ½ cốc đường
- ½ thìa muối
- ¼ muỗng cà phê hạt nhục đậu khấu
- Chất béo để chiên ngập dầu
- Đường bánh kẹo

HƯỚNG DẪN:

a) Hòa tan men trong nước ấm. Trộn với cơm và để ở nơi ấm áp qua đêm.

b) Ngày hôm sau, đánh trứng, bột mì, đường, muối và hạt nhục đậu khấu.

c) Thêm bột mì nếu cần thiết để tạo thành bột dày.

d) Đun nóng mỡ đến 370 độ hoặc cho đến khi khối bánh mì 1 inch chuyển sang màu nâu trong 60 giây.

e) Thả bột từ một thìa canh vào mỡ nóng và chiên cho đến khi có màu vàng nâu, khoảng 3 phút.

f) Xả trên khăn giấy và rắc đường bột. Ăn nóng

89.Bánh rán việt quất/ngô

Làm: 6 lần phục vụ

THÀNH PHẦN:

- ⅔ cốc bột mì
- ⅓ cốc bột bắp
- 2 thìa đường
- 1 muỗng cà phê bột nở
- ½ thìa muối
- ¼ thìa hạt nhục đậu khấu, xay
- ⅓ cốc sữa
- 2 quả trứng, tách riêng
- Dầu thực vật
- 1½ cốc quả việt quất
- Đường và mật ong làm bánh kẹo

HƯỚNG DẪN:

a) Trong một tô vừa, trộn đều bột mì, bột ngô, đường, bột nở, muối và hạt nhục đậu khấu.

b) Trong 2 cốc đong, khuấy đều sữa, lòng đỏ trứng và dầu. Đổ vào hỗn hợp bột. Trộn đều. Bột sẽ cứng.

c) Khuấy quả việt quất. Để qua một bên.

d) Trong một tô nhỏ có máy trộn ở tốc độ cao, đánh lòng trắng trứng cho đến khi tạo thành chóp cứng.

e) Dùng thìa cao su nhẹ nhàng trộn một nửa lòng trắng trứng đã đánh vào bột cho đến khi hòa quyện. Sau đó trộn lòng trắng trứng đã đánh còn lại vào bột

f) Cẩn thận thêm từng thìa bột chiên vào dầu nóng, mỗi lần một ít. Chiên trong 3-4 phút, lật một lần hoặc cho đến khi bánh rán có màu vàng nâu.

90.Garbanzo rán với salsa lê

Làm: 1 phần ăn

THÀNH PHẦN:

- 1½ chén Garbanzos nấu chín, để ráo nước
- 1 thìa cà phê muối
- 1 củ khoai tây Idaho vừa
- 1 củ hành tây nhỏ, xay thô
- 1 thìa bột mì
- 2 thìa cà phê Tương ớt cay
- 3 lòng trắng trứng, đánh nhẹ
- 2 quả cà chua mận Ý
- 2 quả lê cứng gọt vỏ, bỏ lõi và thái hạt lựu
- 1 thìa nước cốt chanh tươi
- 6 củ hành lớn, xắt nhỏ
- 1 muỗng canh ớt Jalapeño
- 1 muỗng canh giấm rượu Sherry
- 1 thìa cà phê mật ong

HƯỚNG DẪN:

a) Trong một tô vừa, trộn khoai tây, hành tây, bột mì và sốt ớt cay.

b) Trộn đều để hòa quyện. Thêm đậu garbanzo và lòng trắng trứng vào rồi trộn đều.

c) Thả từng thìa bột tròn vào chảo để có chỗ cho bột nở ra.

d) Nấu trên lửa vừa phải cho đến khi chúng có màu vàng nâu

e) Ăn kèm với Zesty Pear Salsa.

91.Bánh ngô chiên sốt cay

Làm: 8 lần phục vụ

THÀNH PHẦN:

- 2 quả trứng lớn; bị đánh đập
- ¾ cốc sữa
- 1 thìa cà phê thì là xay
- 2 cốc bột
- Muối và hạt tiêu cho vừa ăn
- 2 chén hạt ngô
- 3 thìa mùi tây; băm nhỏ

SỐT CAM Cay

- ½ cốc mứt cam
- 1⅜ cốc nước cam tươi
- 1 thìa gừng; nạo
- ½ thìa cà phê mù tạt kiểu Dijon

HƯỚNG DẪN:

a) Trong một cái bát, đánh trứng và sữa. Trong một bát khác, khuấy thì là trên bột.

b) Mùa tốt với muối và hạt tiêu

c) Đánh hỗn hợp trứng vào bột bằng máy đánh trứng.

d) Khuấy ngô và rau mùi tây. Đun nóng dầu đến 375°.

e) Thả hỗn hợp ngô vào mỡ nóng mà không làm chảo bị dính.

f) Chiên, lật một lần cho đến khi vàng nâu

g) Lấy ra và để ráo trên khăn giấy. Kết hợp các thành phần nước sốt và phục vụ.

92. Đậu xanh rán với couscous

Làm: 1 phần ăn

THÀNH PHẦN:

- 7 ounce Couscous, nấu chín
- ½ quả dưa chuột nhỏ
- 2 quả cà chua mận; (gọt vỏ, bỏ hạt, thái hạt lựu)
- 1 quả chanh
- 6 củ hành lá; tỉa
- 1 lon (14oz) đậu xanh đã ráo nước và rửa sạch
- ½ muỗng cà phê rau mùi hoặc ngò và bạc hà
- 1 quả ớt đỏ; bỏ hạt và thái nhỏ
- 1 tép tỏi
- Bột mì thường để phủ bụi
- 5 ounce sữa chua FF
- Muối và hạt tiêu mới xay
- Ớt bột/thì là để nếm thử

HƯỚNG DẪN:

a) Khuấy cà chua và rau mùi tây thành couscous. Cắt đôi quả chanh và vắt lấy nước cốt.

b) Cắt nhỏ hành lá thành couscous.

c) Thêm thì là, rau mùi/ngò, ớt và lá rau mùi/ngò.

d) Băm tỏi và thêm vào. Đặt dưa chuột vào tô và khuấy đều với sữa chua cắt nhỏ bạc hà và thêm nhiều gia vị. Trộn đều

e) Nặn hỗn hợp đậu xanh thành 6 miếng và rắc nhẹ bột mì.

f) Thêm vào chảo và nấu trong vài phút.

93.Bánh ngô và hạt tiêu

Làm: 12 chiếc bánh rán

THÀNH PHẦN:

- 1¼ cốc ngô nguyên hạt, tươi hoặc đông lạnh
- 1 chén ớt chuông đỏ; Thái nhỏ
- 1 chén hành lá; Thái nhỏ
- 1 thìa cà phê ớt Jalapeño; băm nhuyễn
- 1 thìa cà phê thì là xay
- 1¼ chén bột mì
- 2 thìa cà phê bột nở
- Muối; nếm thử
- Hạt tiêu, màu đen; nếm thử
- 1 cốc sữa
- 4 muỗng canh dầu

HƯỚNG DẪN:

a) Cho ngô vào tô trộn cùng với ớt cắt nhỏ, hành lá, ớt cay.

b) Rắc thì là, bột mì, bột nở, muối và hạt tiêu; khuấy đều để trộn.

c) Thêm sữa và khuấy đều để trộn kỹ.

d) Múc từng mẻ bột theo ¼ cốc vào chảo và nấu cho đến khi vàng nâu cả hai mặt, mỗi mặt khoảng 2 phút.

MÓN TRÁNG MIỆNG RÁN

94.bánh rán Choux

Làm: 1 phần ăn

THÀNH PHẦN:

- ½ cốc bơ hoặc bơ thực vật
- 1 cốc nước sôi
- ¼ thìa cà phê muối
- 1¾ chén bột mì
- 4 quả trứng
- 4 cốc dầu thực vật
- Đường cát

HƯỚNG DẪN:

a) Cho bơ, nước sôi, muối và bột mì vào chảo trên lửa vừa.

b) Đánh mạnh hỗn hợp cho đến khi nó rời khỏi thành chảo và tạo thành một quả bóng.

c) Loại bỏ nhiệt và làm mát từ từ. Cho từng thìa vào máy trộn hoặc máy chế biến thực phẩm có lưỡi thép và thêm từng quả trứng vào, đánh đều sau mỗi lần thêm.

d) Khi tất cả trứng đã được thêm vào và hỗn hợp đặc lại, hỗn hợp sẽ giữ được hình dạng khi nhấc lên bằng thìa.

e) Nhúng một thìa canh vào dầu nóng, sau đó nhúng vào bột.

f) Cẩn thận thả từng thìa bột vào dầu nóng và chiên cho đến khi có màu nâu ở tất cả các mặt.

g) Lấy thìa có rãnh ra khỏi dầu và để ráo dầu trên khăn giấy.

95.Bánh pudding Giáng sinh rán

Làm: 1 phần ăn

THÀNH PHẦN:

- 25 gram bột mì tự nở
- Bia 125 ml
- 125 ml sữa
- 125 ml nước lạnh
- 1 bánh pudding Giáng sinh còn lại
- 1 Bột mì nguyên chất
- 1 Nồi chiên ngập dầu

HƯỚNG DẪN:

a) Kết hợp bốn thành phần đầu tiên để làm bột. Đặt sang một bên trong 20 phút.

b) Làm nóng nồi chiên sâu đến 180C.

c) Cắt bánh pudding thành khối hoặc ngón tay, lăn qua bột mì rồi nhúng vào bột. Chiên ngập dầu cho đến khi vàng.

d) Xả trên khăn bếp và phục vụ.

96.bánh rán kiểu Pháp

Làm: 1 phần ăn

THÀNH PHẦN:

- 2 quả trứng; ly thân
- ⅔ cốc sữa
- 1 chén bột mì; sàng lọc
- ½ thìa muối
- 1 thìa bơ; tan chảy
- 2 thìa nước cốt chanh
- 1 quả chanh; vỏ bào
- 2 thìa đường
- 4 Táo hoặc cam, dứa
- Quả sung hoặc quả lê

HƯỚNG DẪN:

a) Rắc các lát trái cây bạn chọn với vỏ chanh và đường rồi để yên trong 2 đến 3 giờ.

b) Xả và nhúng vào bột chiên mỏng.

c) Bột bánh: Đánh đều bằng máy trộn, lòng đỏ trứng, sữa, bột mì, bơ muối và nước cốt chanh.

d) Gấp lòng trắng trứng đã đánh bông cứng vào.

e) Chiên ngập mỡ 375

f) Xả và dùng nóng với si-rô ngọt hoặc nước sốt.

97.Suvganiot

Làm cho: 20 hoặc 25

THÀNH PHẦN:

- 1 cốc nước ấm
- 1 gói men khô
- 1 thìa đường
- 4 chén bột mì đa dụng
- 1 cốc sữa ấm
- 1 muỗng canh bơ không muối (tan chảy)
- 1 muỗng canh dầu
- 1 quả trứng
- 2 thìa cà phê muối
- 3 thìa đường
- Mứt theo sở thích của bạn
- Đường và quế để rắc

HƯỚNG DẪN:

a) Trộn các thành phần men và để yên trong 10 phút.
b) Trộn hỗn hợp men với tất cả nguyên liệu trừ bột mì.
c) Trộn bột từ từ và trộn đều. Để yên trong 3 giờ.
d) Chiên trong dầu nóng và sâu, đo bột bằng thìa lớn.
e) Lật một lần để có màu nâu đều.
f) Xả qua khăn giấy.
g) Khi nguội, đổ mứt vào và rắc đường và quế.

98.Rán rượu vang

Làm: 4 lần phục vụ

THÀNH PHẦN:

- 4 cuộn dạng que
- 200 gram bột mì (1 3/4 cốc)
- 2 quả trứng
- ¼ lít sữa
- 1 nhúm muối
- Chất béo để chiên ngập dầu
- ½ lít Rượu HOẶC rượu táo
- Đường để hương vị

HƯỚNG DẪN:

a) Trộn bột mì, trứng, sữa và muối vào bột.
b) Cắt cuộn thành 4 lát.
c) Nhúng các lát vào bột rồi chiên cho đến khi vàng nâu.
d) Xếp bánh rán vào tô và đổ rượu nóng, ngọt hoặc rượu táo lên trên.
e) Hãy cho họ thời gian để ngâm rượu trước khi phục vụ.

99.bánh quế

Làm: 1 phần ăn

THÀNH PHẦN:

- 1 cốc nước nóng
- ⅓ cốc rút ngắn
- 2 cốc bột
- ½ cốc đường
- 1 thìa quế
- Muối
- 2 thìa cà phê bột nở
- Dầu để chiên ngập dầu
- ¼ quế
- ½ cốc đường thầu dầu

HƯỚNG DẪN:

a) Làm tan chảy rút gọn trong nước nóng. Khuấy bột mì, đường, quế, muối và bột nở. Trộn đều.

b) Cán thành một quả bóng và làm lạnh bột trong ít nhất 1 giờ.

c) Đun nóng 1" dầu thực vật đến 375 trong nồi chiên hoặc chảo sâu lòng. Bẻ từng cục bột nhỏ và vo thành từng viên.

d) Chiên ngập dầu trong 3-4 phút cho đến khi có màu nâu

e) Nhấc ra khỏi dầu nóng bằng thìa có rãnh. Xả trên khăn giấy và để nguội trên giá trong vài phút.

f) Trộn quế và đường vào một cái bát.

g) Lăn bánh quế ấm vào hỗn hợp đường để phủ đều bánh quế.

h) Phục vụ ấm áp.

100. Bánh rán gia vị bí ngô

Làm: 1 phần ăn

THÀNH PHẦN:

- 1 cốc bột mì đa dụng
- 2 muỗng canh đường cát
- 1 thìa cà phê bột nở
- 1/2 muỗng cà phê quế xay
- 1/4 muỗng cà phê hạt nhục đậu khấu
- 1/4 thìa cà phê gừng xay
- 1/4 thìa cà phê muối
- 1/2 chén bí ngô xay nhuyễn đóng hộp
- 1/4 cốc sữa
- 1 trứng lớn
- Dầu thực vật để chiên
- Đường quế để phủ

HƯỚNG DẪN:

a) Trong một cái bát, trộn đều bột mì, đường, bột nở, quế, nhục đậu khấu, gừng và muối.

b) Trong một bát riêng, trộn bí ngô xay nhuyễn, sữa và trứng rồi đánh đều cho đến khi hòa quyện.

c) Đổ hỗn hợp bí ngô vào nguyên liệu khô và khuấy đều cho đến khi tạo thành bột mịn.

d) Đun nóng dầu thực vật trong chảo hoặc nồi sâu lòng đến nhiệt độ khoảng 350°F (175°C).

e) Thả từng thìa bột vào chảo dầu nóng rồi chiên cho đến khi vàng nâu cả hai mặt, lật chúng một lần trong khi nấu.

f) Dùng thìa có rãnh vớt các miếng rán ra khỏi dầu và đặt chúng lên đĩa có lót khăn giấy để thấm bớt dầu thừa.

g) Lăn các miếng rán ấm trong đường quế để phủ đều.

h) Phục vụ món rán gia vị bí ngô khi còn ấm.

PHẦN KẾT LUẬN

Khi kết thúc hành trình khám phá thế giới bánh rán thú vị, chúng tôi hy vọng rằng cuốn sách nấu ăn này sẽ khơi dậy niềm đam mê của bạn với những món ăn giòn, ngon lành này. Từ tiếng xèo xèo đầu tiên trên chảo cho đến khi bạn cắn một miếng không thể cưỡng lại được, món rán luôn có cách mang lại niềm vui và sự hài lòng cho bất kỳ bữa ăn nào. Cho dù bạn là người yêu thích các công thức nấu ăn truyền thống hay thích khám phá những cách kết hợp hương vị mới, Hướng Dẫn Tuyệt Vời Cho Các Món Chào Không Cưỡi Cản đều cung cấp cho bạn nhiều lựa chọn phù hợp với sở thích của bạn.

Hãy nhớ rằng, bánh rán không chỉ là một món ăn nhẹ hoặc món khai vị nhanh chóng; họ có thể là ngôi sao của chương trình. Vì vậy, đừng ngại thử nghiệm, điều chỉnh và biến những công thức này thành của riêng bạn. Thêm một ít nước sốt yêu thích của bạn, kết hợp chúng với món salad sảng khoái hoặc phục vụ chúng cùng với các món ăn ngon khác. Tính linh hoạt của món rán cho phép bạn thỏa sức sáng tạo và điều chỉnh chúng theo sở thích cá nhân.

Chúng tôi hy vọng rằng cuốn sách nấu ăn này đã khơi dậy trí tưởng tượng ẩm thực của bạn và truyền cảm hứng cho bạn bắt tay vào cuộc phiêu lưu món rán của mình. Cho dù bạn đang nấu ăn cho chính mình, người thân hay chiêu đãi khách, hãy để Hướng Dẫn Tuyệt Vời Cho Các Món Chào Không Cưỡi Cản là người hướng dẫn đáng tin cậy của bạn để chế biến những bữa ăn đáng nhớ tràn ngập hương vị, kết cấu và một chút phép thuật ẩm thực. Chúc bạn làm món rán vui vẻ!

www.ingramcontent.com/pod-product-compliance
Lightning Source LLC
LaVergne TN
LVHW010927061026
849535LV00007B/2279
* 9 7 8 1 8 3 5 8 3 1 4 9 6 *